कळत
नकळत

अॅड. विलास नाईक

कळत
नकळत

अॅड. विलास नाईक

दिलीपराज प्रकाशन प्रा. लि.[TM]
२५१ क, शनिवार पेठ, पुणे -४११०३०

◆ **प्रकाशक**
राजीव दत्तात्रय बर्वे,
मॅनेजिंग डायरेक्टर,
दिलीपराज प्रकाशन प्रा. लि.,
२५१ क, शनिवार पेठ, पुणे - ४११ ०३०

◆ © **अॅड. विलास नाईक**
रायगड

◆ **प्रथमावृत्ती -** ५ एप्रिल २०१३

◆ **प्रकाशन क्रमांक** - १९९१

◆ ISBN- 978- 81 - 7294 - 997- 6

◆ **मुद्रक -**
Repro India Ltd,
Mumbai.

◆ **टाईपसेटिंग -**
सौ. मधुमिता राजीव बर्वे
पितृछाया मुद्रणालय,
९०९, रविवार पेठ, पुणे - २

◆ **मुद्रितशोधन**
मिलिंद बोरकर, पुणे

◆ **मुखपृष्ठ -**
नीलेश जाधव

साहेब,
जेव्हा या शब्दाचा खरा अर्थ समजला नव्हता,
तेव्हापासून ते आजपर्यंत
आपल्याप्रति असलेल्या भावना...
आपल्या जाण्याने अधिकच गहिवरतात..

माझे हे दुसरे पुस्तक
आपण मला दिलेल्या
प्रेमाबद्दल, आपुलकीबद्दल
आपल्या अमर स्मृतीस..
विनम्र अर्पण!

-ॲड. *विलास नाईक*

विनंती विशेष ...

ह्या पुस्तकातील अनुभव कथन वाचताना कोणताही व्यक्ती संदर्भ आपल्या ओळखीचा वाटला तर ती ''कल्पना शक्ती'' समजावी. त्यावर फार विचार करू नये म्हणजे त्रास होणार नाही.

या लिखाणातून कुणाच्याही भावना न दुखविता, परिणाम साधण्याचा आमचा प्रयत्न मात्र प्रामाणिक आहे...

मनोगत...

माझे आयुष्य बहारदार झाले कारण,
आपण माझ्या आयुष्यात आलात... कळत-नकळत!
मी एकटा चालत होतो मुसाफिरासारखा,
आपण माझ्यावर कृपाछत्र धरलेत...
कळत-नकळत!

'कळत-नकळत' घटना घडत असतात. आपण त्यांना सामोरे जात असतो. 'कळत-नकळत' व्यक्ती भेटतात. आपल्या उभ्या जीवनावरच त्या छाप पाडून जातात. कळत-नकळत आपण अनेक घटनांशी जोडले जातो. त्या मनात खोलवर रुजल्या जातात. कधीतरी त्याचं छानसं रोपटं बनतं, तेच हे 'कळत-नकळत'.

माझे पहिलेच पुस्तक अचानकपणे आपल्या हाती आले. पुस्तकाचे नाव होते 'एक ना धड'. या पुस्तकाचा प्रकाशन सोहळा माझ्या पन्नासाव्या जन्मदिनी झाला. मी हे पुस्तक अर्पण केले, त्या माऊलीच्या सभागृहामध्ये २६ ऑगस्ट २०१२ रोजी एका दिमाखदार सोहळ्यात ते दिलीपराज प्रकाशनामार्फत वाचकांच्या हाती आले. डॉ. मनोहर जोशी, खासदार अनंत गिते व अन्य मान्यवरांच्या उपस्थितीत तो अविस्मरणीय सोहळा पार पडला.

'एक ना धड' या केवळ तीन शब्दांत मी माझे व्यक्तिमत्त्व उभे करण्याचा प्रयत्न केला, तो यशस्वीही झाला. वाचकांचा उदंड प्रतिसाद मिळाला. त्यामुळे आपण लिहिलेले वाचकांना आवडते असा माझा गोड गैरसमज झाला. त्यातूनच 'कळत नकळत'ची बीजे रुजली.

ही एका सामान्याची मुसाफिरी. म्हटली तर काल्पनिक, पण वास्तवाहूनही जास्त भेदक. कारण ही पात्रे कुठेही सहज सापडणारी, आक्रोश करणारी- पण मनातल्या मनात. त्यांना मुठी आवळाव्याशा वाटतात, पण मनगटातल्या ताकदीचा अंदाजच येत नाही.

यातील सूत्रधारसुद्धा माझ्यासारखाच सामान्य, उतावीळ पण जिवंत मनाचा. चारचौघांत वावरणारा, चारचौघांसारखाच खूप महत्त्वाकांक्षी नाही. खरं तर आरंभशूर, भिडस्त, मुखदुर्बळ, ऐन वेळी शेपूट घालणारा. त्याला काही व्यक्ती भेटल्या. त्यांचेबद्दल तो तुम्हाला खासगीत सांगतोय. हे सर्व काल्पनिक समजून आपण त्यांचे मनन करावे. काही वेगळे वाटले, तर पत्र पाठवावे. काही साम्य वाटले, तर तो योगायोग समजावा. कारण हे पुस्तकही योगायोगाचाच एक भाग. दिलीपराज प्रकाशनच्या साऱ्या कुटुंबाचा सहभाग आहेच. नीलेश जाधवसारख्या गुणी कलाकाराच्या कुंचल्यातून अनेक व्यक्तिचित्रे साकारलीत. एका वर्षात पहिल्या पुस्तकाची दुसरी आवृत्ती आणि त्यापाठोपाठ दुसरे पुस्तक, ही उठाठेव केवळ आपल्यामुळेच शक्य झाली. इंटरनेटच्या माध्यमाचा प्रभावी वापर या पुस्तकांना अधिकाधिक लोकांपर्यंत पोचवत आहे.

ह्यातील माणसे, घटना तुमच्यातीलच...हे पुस्तक तुमच्या निवांतपणीच्या क्षणांसाठी...

— ॲड. विलास नाईक

प्रस्तावना

मधु मंगेश कर्णिक, मुंबई

अध्यक्ष, महाराष्ट्र साहित्य आणि संस्कृती मंडळ

अॅड. विलास नाईक हे एक मनस्वी व्यक्तिमत्त्व. अलिबागच्या निर्मळ संस्कृतीत त्यांच्यातला कार्यकर्ता घडला. कोकणात मंडणगडच्या कणखर मातीने त्यांना आकार दिला. श्री. नाईक वकील झाले. पण त्याचबरोबर त्यांनी पत्रकारिता आणि स्तंभलेखन सुरूच ठेवले. त्यांनी व्यवसायाकडे जागरूक नजरेने पाहिले. ते सर्व मनात साचवून ठेवले. त्यांचा हा अनुभवाचा खजिना समृद्ध आहे.

अलिबागच्या 'तिसरे कोकण मराठी साहित्य संमेलना'चा घाट आम्ही घातला होता. शिवसेनेचे राज्य होते. श्री. नाईक यांनी या साहित्य संमेलनात मोलाची कामगिरी केली. मुख्यमंत्री महोदयांना आमंत्रित केले. अलिबागच्या समुद्रकिनारी हा साहित्य सोहळा दिमाखात पार पाडला. तेव्हापासून आमचा स्नेह वाढतच गेला.

मधल्या काळात व्यवसाय प्रगतिपथावर असताना त्यांच्यातला साहित्य रसिक मागे पडला, पण निरीक्षण चालूच होते. वयाच्या पन्नासाव्या वर्षी अचानक त्यांनी मनावर घेतले आणि पहिले पुस्तक 'एक ना धड' डॉ. मनोहरजी जोशी यांच्या हस्ते प्रकाशित झाले. पहिल्याच पुस्तकाला वाचकांनी भरभरून प्रतिसाद दिला. ते पुस्तक मी वाचले आणि श्री. विलास नाईक यांच्या अधिकच प्रेमात पडलो. पहिलेच पुस्तक, एका वकिलाच्या लेखणीतून अवतरलेले...मी पुस्तक हातावेगळे केले आणि हे काही वेगळेच रसायन असल्याचे माझ्या लक्षात आले. बेधडक, प्रामाणिकपणे लिहिणारा लेखक जन्माला आला होता. त्यात समाजाच्या बऱ्या-वाईट प्रवृत्तींवर सपासप वार करणारा पत्रकार होता, शोधक नजरेचा सुधारणावादी कार्यकर्ता होता. हे सर्व एकटाकी होते. मनापासून मुक्त संवाद साधला जात होता. त्या पुस्तकात अनुभवकथन होते. पण आत्मप्रौढी नव्हती. तपशील नव्हता तर

रंजक कथानक होते, कथन होते. कोकणाच्या मातीचा गंध त्यातून डोकावत होता. राजकारणातील टक्केटोणपे त्यात खुल्या मनाने उघडे केले होते; पण कुठेही आत्मक्लेश नव्हता, की द्वेषही नव्हता.

दुसरे पुस्तक 'कळत-नकळत' प्रथमच नजरेत भरते ते त्याच्या आखणीमुळे. अनुक्रमाणिकेवर मी नुसती नजर टाकली आणि कोणतेही पान मधूनच सुरू करायची माझी सवय कामी आली. त्यांची साधी-सरळ भाषा-त्यात अलंकार, उपमा, बोधवाक्ये, काही नाही. जे आहे, जसे आहे, ते तुमच्यासमोर तसेच मांडायचा बेधडकपणा मला भावला.

मी हे पुस्तक वाचत गेलो आणि त्यात गुरफटत गेलो. हे अनुभवकथन होते की कल्पनाविलास, हे ठरविणे कठीण होऊन बसले. यात व्यक्तिचित्रे आहेत, ती सर्व आपला उद्देश साध्य करीत आहेत. किंबहुना, कोणताही उद्देश न ठेवता केलेले हे मुक्त कथन मनाचा ठाव घेते. लेखकाशी वाचकाचे नाते निर्माण होते.

या पुस्तकात काही व्यक्तिचित्रणे येऊन जातात. त्यातून डोकावलेल्या व्यक्ती कोकणचा सुगंध पसरवतात. 'सुशाकाकू'मध्ये एका ध्येयवादी आनंदी स्त्रीची गोष्ट समोर येते. शिल्पालय सांभाळताना तिच्यातील माणुसकी सहज समोर येते.

'सिंधुताई'मध्ये हे अनुभवकथन अगदी घरेलू होऊन जाते. 'तात्या कर्वे' रंगवताना एका खेडेगावात राहून, प्रसिद्धीकडे पाठ फिरवून ध्येयवादी ब्राह्मण नजरेसमोर उभा राहतो. या सर्व व्यक्तिचित्रणांचा शेवट मनोवेधक झालाय. त्यातून काही संदेश देण्याचं काम लेखक अजिबात करीत नाही; फक्त तुम्हाला तो विचार करायला भाग पाडतो – 'कळत-नकळत.'

'खरवडकरीण' ही कोकणात सहज आढळणारी भांडखोर स्त्री; पण तिची दोन रूपे अशीच गुंतवून टाकतात. 'शिवा बुरूड' हे बुरूडांचे जीवनचित्र वेगळयाच तऱ्हेने समोर येते. 'प्रामाणिक चपराक' काय असावे याचा अंदाज येता-येता प्रकरण संपते. हा कथाभाग छान रंगलाय. नव्या जोडप्यांचा अवघडलेपणा आणि खेडूत लोकांचे मोठेपण त्यातून अलगद उलगडण्यास मदत होते.

मला जास्त भावले ते पहिलेच प्रकरण – 'प्राजक्ताची फुले'. खरं तर यात सहज आठवणी प्रकट झाल्यात, पण लेखकाचे बालपण त्यातून समोर येते. त्याच मातीचा सुंगध 'पाडेकरी' वाचताना येतो. ज्यांना कोकण माहीत नाही, त्यांनासुद्धा कोकणचा सुंदर परिचय अशा छोट्या-छोट्या लेखांतून होतो. हेच तर लेखकाचे सामर्थ्यस्थान आहे. 'खपटी'मधील चिक्कीवाली, चणेवाले कुटुंब समाजाबद्दल लेखकाची आस्था दाखवितात.

लेखकाचे कॉलेजजीवन वेगळया वाटेने 'जे. एस्. एम्' कॉलेजमधून वाचकांच्या

नजरेत येते. कॉलेजमधला खोडकरपणा आणि त्याचबरोबर चळवळीचे 'लक्ष्मीची पावले', 'विजया दशमी' यातील अनुभवकथन मनाला पुन्हा जुन्या आठवणीत घेऊन जाते. त्या घटना भोवतालच्या वाटतात. 'अलिबाबाची गुहा' वाचताना पुन्हा तोच अनुभव येतो. कथनासोबत बदलते जग वाचकांना अंतर्मुख करते.

'भगवा यशवंत'मध्ये लेखकाने चळवळीमधील एक कार्यकर्ता आणि त्याची परवड प्रखरपणे मांडली आहे. 'बाळासाहेब' हा लेख या सर्वांवर कळस चढवतो. मग ती आत्मकथा राहत नाही. वाचताना पुढे काय असेल याची उत्सुकता वाढते. वकिलीतले किस्से वाचताना न्यायदानातील अडचणी आणि व्यवस्थेतील परिणाम वाचून आपल्याला चीड येते, इतके ते सरस उतरले आहेत.

श्री. नाईक हे प्रथितयश लेखक नाहीत. आताशी कुठे त्यांचे दुसरे पुस्तक येतेय. पहिल्या पुस्तकाची यशस्वी वाटचाल चालू असतानाच दुसऱ्या पुस्तकाचे प्रकाशन हे कौतुकास्पदच आहे. व्यवसाय सांभाळून, समाजसेव सांभाळून लेखकाची प्रगती पाहून अचंबित व्हायला होते. सहजच त्यांच्याबद्दलच्या लिखाणाच्या अपेक्षा वाढत जातात.

श्री. नाईक यांच्या लिखाणात सहजता आहे, लेखणीत भेदकता आहे. अपप्रवृत्तीवर सरळ हल्ला करायची वृत्ती वकिली व्यवसायातून आली असावी. पण त्यांच्या सहज-सुंदर आणि ओघवत्या शैलीतून त्यांचा कलाकाराचा पिंड आणि चित्रकलेची आवड डोकावते. कोकणातून अनेक लेखक उदयास आले. ॲड. विलास नाईक यांच्या रूपाने आणखी एक नाव त्यात प्रभावीपणे डोकावत आहे. श्री. नाईक यांनी खूप लिखाण करावे, सतत लिहीत जावे— अशीच आग्रहाची विनंती आहे.

इंटरनेटचा प्रभावी उपयोग त्यांनी करून घेतला आहे. पहिल्या पुस्तकाप्रमाणे उत्तम मुखपृष्ठ आणि बोलकी रेखाचित्रे या पुस्तकाला वेगळ्या पातळीवर नेऊन ठेवतात. श्री. नाईक यांचा हा प्रयत्न नक्कीच कौतुकास्पद आहे. चांगले अनुभवकथन हा वाचनीय नवा पायंडा ठरेल, असे वाटते. छोट्या-छोट्या लेखांमुळे पुस्तक केव्हाही, कुठूनही वाचता येते. वेळ काढणे हाच मुख्य प्रश्न होऊन बसलेल्या तुम्हाला आम्हाला वेळात वेळ काढून हे पुस्तक वाचलेच पाहिजे, असे आहे. हातात पुस्तक घेतले की, संपेपर्यंत वाचायला लावायची ताकद या लिखाणात आहे. तुम्हाला बोलते करण्याची ऊर्मी यात आहे. श्री. नाईक यांच्या या पुस्तकात व्यक्तिचित्रणांसोबत हातात हात घालून अनुभवकथन येते. पुन्हा मधेच आठवणीच्या झोपाळ्यावर लेखक हिंदोळे घेतो आणि भूतकाळात रमतो. पुस्तकातील हे चढ-उतार आणि प्रत्येक लेखामधील अदृश्य भाष्य अधिक आकर्षक वाटते. पुढील लिखाणात श्री. नाईक

यांनी आपल्या अनुभव शिदोरीतून लघुकथांची पुढची पायरी गाठावी, अशी मी या ठिकाणी अपेक्षा व्यक्त करतो. हे लिखाण मांडी ठोकून, हिशेब करून, चौकट ठरवून केलेले नक्कीच नाही. त्यामुळे त्याने एक वेगळीच उंची गाठली आहे.

श्री. नाईक यांनी काही व्यक्तिचित्रे आणि अनुभव आणखी विस्ताराने लिहायला हरकत नाही. आणखी एक लक्षणीय वाटते की, लेखकावर कुणाच्याही लिखाणाचा, आदर्शाचा पगडा नाही. नक्कल करण्याची आसक्ती नाही. त्यामुळेच तर त्यात प्राजक्ताच्या फुलांचा ताजेपणा आहे आणि सोनचाफ्याचा टवटवीतपणासुद्धा आहे. थकलेल्या-भागलेल्या मराठी वाचकाला केवळ बौद्धिक डोस देण्यापेक्षा त्याच्याशी एकरूप होऊन संवाद साधण्याची कला श्री. नाईक यांच्या निसर्गदत्त लिखाणाने साधली आहे, असे खास करून नमूद करावेसे वाटते. 'एक ना धड' या अनुभवकथनासोबतच हे 'कळत-नकळत' पुस्तक वाचताना मला खूप दिवसांनी साहित्याबाहेरचे साहित्य आणि स्वतःसाठी लिहिलेले पुस्तक वाचण्याचा भरपूर आनंद मिळाला. हे चौकटीबाहेरचे कथन मनाला निवांतपणा देते. हे पुस्तक मराठी वाचक आवडीने संग्रही ठेवेल, यात माझ्या मनात शंका नाही.

श्री. विलास नाईक यांचे या पुस्तकाबद्दल आभार आणि पुढील लेखनासाठी मनःपूर्वक शुभेच्छा!

मधु मंगेश कर्णिक, मुंबई
दि : १/१२/२०१२
अध्यक्ष -महाराष्ट्र राज्य साहित्य आणि संस्कृती मंडळ

अनुक्रमणिका

कळत नकळत

१. बाळासाहेब...

बातमीने बैचेन झालो होतो. बाळासाहेबांच्या तब्येतीची शंका यायची. प्रत्येक दसरा मेळाव्यात त्यांचा आवाज क्षीण होताना दिसायचा.

कुणी तरी जवळचा मित्र खाजगीत 'काही खरे नाही', असे कुणाला न बोलण्याच्या अटीवर सांगायचा; पण ती गोष्ट न सांगण्यासारखीच असायची. कारण बाळासाहेब परत दिसतील, याची खात्री असायची.

या वेळी मात्र तसे नव्हते. धडाधड फोन येऊ लागले. ज्यांच्याकडे खात्री करावी, ते फोनही 'स्विच ऑफ' ठेवलेले. भाऊबीजेलाच 'मातोश्री' गाठली. अगदी आतपर्यंत पोहोचलो. वातावरण गंभीर असले तरी आशावादी होते. अनेक रथी- महारथी भेटले. 'मातोश्री'वरील ते तीन तास वेगळेच भारावलेले— गहिवरलेले.

'बाळासाहेब...' एक जादूई स्पर्श. राजकीय परिभाषा कळायला लागली; तेव्हापासूनच या नावाचे आकर्षण, कुतूहल, दबदबा अन् भीतीदेखील होती.

गजानन वर्तक माझे मामा. त्यांच्यासोबत १९८६ मध्ये प्रथम 'मातोश्री'वर गेलो. ते वातावरण भावले. अलिबागला शाखा काढायचा मनोदय सांगितला. हातातील रुद्राक्ष माळ सावरीत तो झब्ब्यातील हात आशीर्वादासाठी उठला.

'येतो' म्हणाले. नंतर अनेक वेळा भेटी झाल्या, कारणपरत्वे गप्पा रंगल्या; पण तो पहिला जादूई स्पर्श कायम मनात राहिला.

शाखेच्या उद्घाटनाला बाळासाहेब येणार होते. दिवस होता १० ऑगस्ट १९८६. पूर्वीचा अनुभव चांगला नव्हता. पोयनाडची सभा खूप आधी उधळली गेली होती. डोकी फुटली होती. साहेबांनी पूर्ण ताकद लावण्यास सांगितले. जुने सहकारी एकत्र आले. आबा ठाकूर यांनी जबाबदारी स्वीकारली. सारे नेते अलिबागेत जमा झाले. जिल्ह्यातून शिवसैनिक आले. उद्धव ठाकरे स्वत: होते, पण ते स्टेजवर न येता भर पावसात फोटो काढत होते. गजाननभाईंनी त्यांची ओळख करून दिली. पुढे शाखेवर हल्ला झाला. आम्ही परागंदा झालो. अनेकांच्या घरांवर हल्ले झाले. आमच्याकडून प्रतिहल्ले झाले. शिवसेनेची कुमक आमची आम्ही ज्यांनी-त्यांनी मिळवली. अर्जुन पाटील शहरप्रमुख— त्याच्यावरही हल्ल्याचा प्रयत्न झाला. तो साहेबांपर्यंत पोहोचला. त्याचा परिणाम दिसू लागला. के. टी. थापा, दशरथ रहाणे, श्रीकांत सरमळकर डेरेदाखल झाले. सारे वातावरण बदलले. अलिबागकरांना घाबरवणारे भाई या मंडळींच्या पाया पडणारे, त्यांना मानणारे. सर्व ताबूत शांत झाले. पेझारीकरांचे ताबूत शांत झाले. अलिबाग शिवसेना आणि बाळासाहेब यांच्या अनेक आठवणी आज दाटून आल्यात.

बाळासाहेबांकडे गेलो. अनेक वेळा गेलो. माझा बुजरा स्वभाव. जास्त पुढे-पुढे करायला जमायचे नाही. मनोहर जोशी, गणेश नाईक सोबत असले की सोपे जायचे. प्रवेश मिळायची अडचण नसायची आणि कुठे अडथळे नसायचे. त्यामुळे त्यांच्यासोबतच भेट घेणे मी पसंत करायचो. बाळासाहेब प्रत्यक्ष भेटीत अधिक मनमोकळे वाटायचे. प्रत्येक रोगावर त्यांच्याकडे इलाज असायचा. अष्टप्रधान मंडळ सोबत असायचे. त्यांना थोडक्यात विषय मांडणारा माणूस आवडायचा. घटनाक्रम त्यांच्या लक्षात क्षणात यायचा. बोलणे जास्त करून उपदेशात्मकच असायचे, पण प्रवचन नसायचे. नेमकेपणा परिणाम साधून जायचा.

बाळासाहेबांचा छोटासा दरबार भरायचा, त्यात 'थाट' असायचा. वेळ साधून काम करून घेणारे बरेच असायचे. फिल्मवाले, उद्योजक, पत्रकार. सर्व बुरुजांचे रखवालदार विश्वासू होते. दत्ता साळवी, प्रमोद नवलकर आणखी किती तरी... दरबारात तांत्रिकाची गूढता असायची. टीपॉयवरच आणि कोपऱ्यात उद्बत्ती

जळायची. तो गंध भरून राहिलेला असायचा. अनेक भेटवस्तू खोलीभर असायच्या. मनाची श्रीमंती एवढी की, पैशाच्या थैल्यांना मोल नसायचे. कोण काय देतो त्याच्याकडे कधी डोळा नसायचा. त्यापेक्षा कुणीही वाकला, तर त्याला भरभरून आशीर्वाद मिळायचे. पाठीवर कौतुकाची थाप पडायची. चूक कबूल करणाऱ्यांनाही आशीर्वाद मिळायचा, अभय मिळायचे.

हा दरबार न्याय करायचा. चर्चेतून जागेवरून प्रश्न सुटायचे. चार भिंतींच्या आत हुकूमशहा नसायचा, तर एक मनमिळाऊ कुटुंबप्रमुख असायचा. तो आपल्या पोरांच्या चुका पोटात घ्यायचा. युनियनचे प्रश्न असायचे, कुणाच्या वाटपाचे प्रश्न असायचे, संपटाळेबंदीची बोलणी असायची. कुंचला हातात घ्यायचे, नाही तर आवडता पाईप शिलगावयाचे. दरबारात किस्से-विनोद जोरात असायचे. समोरच्या नेत्यांच्याही फिरक्या घेतल्या जायच्या. उपदेशाइतक्याच कोट्या केल्या जायच्या. वाचन-लेखन हा या मैफलीत पाया असायचा. टीकाकार आला तरी तो मोहित होऊन जायचा. बाळासाहेबांची ही दोन वेगळी रूपे त्याला संभ्रमात टाकायची. भानावर येईपर्यंत भेटीची वेळ तरी संपलेली असायची किंवा दुसरे कुणी तरी मधेच टपकायचे.

मधेच 'राज' अडथळा आणायचा. तो काही तरी रंगवून दाखवायचा. त्याला चित्र समजवून सांगत. १९९० पर्यंत साहेबांमधली कुटुंबवत्सलता अनेकांनी अनुभवली. पुढे राज हा राजसाहेब झाला. साहेब जेव्हा जेव्हा भेटले, तेव्हा ते आवाजाचे कौतुकही करायचे. जुने संदर्भ काढायचे.

साहेबांनी अनेक वादळे अंगावर घेतली. त्यांत ते कधी गुरफटले गेले नाहीत. अगदी पेपरातून रकानेच्या रकाने भरून येत असताना, साहेब माजघरात गप्पांच्या फडात रंगलेले असायचे. वादाचा विषय कुठच्या कुठे विरून जायचा. मला नेहमी साहेबांची दोन रूपे दिसायची. ते व्यासपीठावर साहेब म्हणून एक वलयांकित महापुरुष वाटायचे. त्यांच्या प्रत्येक शब्दाला ते दाद मिळवायचे. पण चार भिंतींच्या आत ते केवळ 'वडिलधारे' असायचे. नवख्या माणसाला आत काय वातावरण असेल त्याची भीती असायची, पण आत डोक्यावल्यावर देवघराची निर्मळता अनुभवायला यायची.

माझ्या लग्नाची पत्रिका द्यायला मी गेलो होतो. सोबत गणेश नाईक होते. गप्पा रंगल्या होत्या. तेवढ्यात जुन्या काळातली एक प्रसिद्ध अभिनेत्री आली. तिच्या मुलीचा वैयक्तिक प्रश्न होता. ती अभिनेत्री अवघडली होती. साहेबांना 'भाईसाब' बोलत होती. साहेबांनी तो प्रश्न चुटकीसरशी सोडवला. ज्याच्या

संदर्भात प्रश्न निर्माण झाला होता, तो आज मोठा संगीतकार आहे. पाचच मिनिटांत तो प्रश्न सोडवला. ते दिवस दंगल, बॉम्बस्फोटाचे होते. लग्नाला यायचे साहेबांनी कबूलही केले होते. पण नेमका कर्फ्यू आड आला. पण माईचे ते ओवाळणे अजूनही आठवणीत आहे.

निवडणुकीच्या काळात साहेबांकडे वर्दळ वाढे. दौरे-नियोजन काटेकोरपणे पाळले जाण्याकडे कटाक्ष असे. 'मातोश्री'वर बोलावणे आले की, अनेकांना धडकी भरे, तर काहींना ती नशिबाची साथ वाटे. एका सेशन केसमध्ये साहेबांच्या एका रणरागिणीचा नवरा अडकला होता. त्याच्यावर खंडणी आणि कंपनीच्या वरिष्ठ अधिकाऱ्यांचे अपहरण केल्याचा दोषारोप होता.

नेहमीप्रमाणे 'आम्ही साहेबांची माणसे आहोत' सांगून येणारे पक्षकार असतील, असे मला वाटले. पण हे भलतेच जवळचे निघाले. अनेक नेते आणि स्वत: साहेब यांनी मला या खटल्यात विशेष मेहनत घेण्याचा आग्रह धरला होता. निकालाच्या दिवशी तर माझे धाबे दणाणले होते. जज्ज माझ्यावर प्रेम करणारे होते, पण ते नि:स्पृह होते. हमखास शिक्षा देणारे होते. आरोपी एकदाचे सुटले. माझ्या छातीचे ठोकेच चुकले. साहेबांचा फोन आला. त्यांनी कौतुक केले, अभिनंदन केले. खरे तर त्या अधिकाऱ्याला तडजोडीसाठी व कॉन्ट्रॅक्टच्या बिलाबाबत तडजोड करण्यासाठी मुंबईत मीटिंगला आणण्यात येत होते. पण कंपनीने उचल खाल्ली आणि रंगवून अपहरणाची खोटी केस बनवली होती. साहेबांना त्याची चीड होती. एका कार्यकर्त्यासाठी साहेबांनी इतकी काळजी घेणे, हेच तर नवल होते.

अलिबागच्या शिवसेना उपजिल्हाप्रमुखाची हत्या झाली होती. त्यात पोलीस अधिकाऱ्यांनी खूप मदत केली. आरोपी पकडले गेले. काही जणांचा कायद्यावर विश्वास नव्हता. त्यांनी मुख्य आरोपी जामिनावर सुटल्यावर त्याचाच भर रस्त्यात खातमा केला. शिवसेनेच्या शहरातल्या प्रमुख कार्यकर्त्यांवर आरोप आले. सेनाप्रमुखांना कार्यकर्ते भेटले. त्यांचे स्वागत करण्यात आले. पुढे पुन्हा माझ्यावर साहेबांनी जबाबदारी टाकली. शिवसेनेचे सर्व आरोपी निर्दोष सोडवले; मात्र विरुध्द पार्टीचे सर्व आरोपी पोचले.

अनेक खटले चालविताना साहेबांशी संपर्क आला. एकदा गोव्याची निवडणूक होती, तेथे नाईक नावाचे वकील शिवसेना वाढविण्याचे काम करीत होते. मला अचानक तेथे पाठविण्यात आले. फोनाफोनी झाली. गोवेवाल्यांनी मला त्यांच्यातला मानला. भाषेचा अडसर होता, पण मी मोडके तोडके हेल काढून वेळ भागवून

न्यायचो. शिवसेनेचा गोव्यातील तो चंचुप्रवेश होता. मी अचानक गोवा राज्य संपर्कप्रमुख झालो होतो. आसाम राज्यात शिवसेना पोचली. मी बंगल्यावर पोचलो. सभा होती. गणेश नाईकांकडे राज्याची जबाबदारी होती. मला आसाम राज्य उपसंपर्कप्रमुख बनवण्यात आले. गणेश नाईकांशी माझा संपर्क राहायचा. आसामवाले मला भेटायचे. पुढे ते कमी पडले. त्यांना रसद पुरवता आली नाही. माझा आसाम प्रवास टळला.

'सामना'करीता मी काम करीत होतो. स्थानिक राजकारणावर मी लिहीत होतो. लेखमाला होती. मधेच थांबविण्यात आली. मी तडक 'मातोश्री'वर पोचलो. साहेबांनी ती पुन्हा चालू केली. संबंधितांना माझी अडचण समजावून सांगितली. पुढे आणखी एका लेखमाला आली. जिल्ह्यातील जमिनीचे घोटाळे त्यात होते. ती पुन्हा अशीच मधेच खंडित झाली. मला नेण्यासाठी गृह राज्यमंत्री आले. आम्ही 'सामना'वर पोचलो. राज ठाकरे व्यंगचित्र काढत होते. तो थाट वेगळा होता. मी संपादकांना भेटलो. त्यांचा इलाज नव्हता. मला समजुतीच्या चार गोष्टी सांगण्यात आल्या. कळून चुकले— सुकाणू साहेबांच्या हातून निसटत होते.

नंतर मात्र व्याप वाढत गेला. भेटी दुर्मिळ होत गेल्या. संरक्षणात वाढ झाली. बोलण्यातली धारही वाढली. टीम शिवसेना जोमाने कामाला लागली. 'एकच लक्ष्य' ठरविण्यात आले. स्थानिक लोकाधिकार समिती उत्तम नियोजन करीत होती. सर्व नेते, उपनेते, कामगारनेते, विविध संघटनाप्रमुख मनापासून झटत होते. झपाटल्यासारखे काम करत होते. शेकडो समर्पित शिवसैनिकांची फौज एकाच ध्येयाने कामाला लागली होती. भाजप वाढत होता. सोबतीला होता. शिवसेना कात टाकत होती. आक्रमकतेतून तडजोडीच्या राजकारणाकडे वळत होती. शिवसेनेच्या कक्षा रुंदावत होत्या. सर्वांना फक्त माहीत होती ती स्वामिनिष्ठा.

एखाद्याला स्वत:ला पक्षापेक्षा मोठे व्हायची ऊर्मी यायची. पण त्याची जागा त्याला लगेचच कळायची. प्रतिशिवसेना काढायची कुणाला लहर आली, तर ते त्याचे दिवास्वप्न ठरे.

सत्ता आली ती केवळ अशा ध्येयवेड्या सेनापतीमुळेच. सत्ता मिळवण्यासाठी साहेबांनी माझ्यावर दिलेला जबाबदारी पार पाडली. शेकापक्षाचा पाठिंबा मिळाला. साहेबांनीही अपार कष्ट घेतले. वणवण वाढली. आता कुटुंबातच काही सहकारी तयार झाले होते. त्याचे वादळ होणार, हे त्यांनाही दिसत होते.

साहेब सर्वांनाच पित्यासमान भूमिकेतून वागवायचे; पण त्याहीपेक्षा त्या मंदिराची शान होती त्या माईसाहेब. माईंचे एक संस्कारित आशीर्वाद तुमच्या

कपाळाला स्पर्श करायचे. नवऱ्याच्या कोणत्याही राजकारणात त्यांनी कधी रस दाखवला नाही. पण येईल त्यांचे स्वागत करणे, साहेबांची सावली बनणेच त्या अन्नपूर्णेने पसंत केले. साहेबांची सावली बनणे सोपे थोडेच होते? कधी काय होईल, त्याचा नेम नाही. शिवसैनिकांचे अभेद्य कवच असले तरी फटी असतातच. त्या बुजवायचे काम सोपे नव्हते. माईंनी तेच केले. नाराज बंडोपंत त्यांनी थंड केले. त्यामुळेच तर शिवसेना अभेद्य होती.

माई गेल्या आणि साहेब हबकले. पण "माशाला रडणे ठाऊक नसते, त्याचे अश्रू दिसत नसतात", असे साहेब नेहमी सांगायचे.

दारातली तुळस पारखी झाली, तरी पिता म्हणून जबाबदारी होतीच. अधिवेशने, दौरे हाच त्याच्यावर उपाय होता. मुलांना पंख फुटत होते. त्यांना स्वत:ची प्रतिमा होती, पण ती साहेबांच्या प्रभावाखाली झाकोळली जात होती.

उद्धवजी कर्ते झाले होते. त्यांच्या आधुनिक टीमकडे साहेब कौतुकाने पाहत होते. पण काही सेनापती त्यात असूयेने डोकावत होते. 'आदेश' या शब्दाचे महत्त्व वाढत होते, पण त्याची धार कमी होत होती.

एक-एक जण स्वाभिमान दुखावल्याने बाहेर पडत होते. बुरूज ढासळत होते, तरी किल्ला अभेदय होता. काही जण सक्तीची निवृत्ती घेत होते. उद्धवजी कितीही मान राखून वागत असले, तरी काहींना त्यातून 'दुर्लक्ष' होतेय, असे वाटू लागले. महत्त्वाकांक्षा वाढत होत्या. स्वामिनिष्ठा आणि स्वाभिमान यांच्या लढाईत स्वत:ची ओळख आणि भविष्याची काळजी यातून काही जण वेगळेपणाची भाषा करू लागले. स्वत:ची संस्थाने तयार करू लागले.

तरी बाळासाहेब शांत होते. त्यांना निवृत्ती घेता येत नव्हती आणि शस्त्रेही खाली ठेवता येत नव्हती. त्यांच्या प्रेरणेने तयार झालेला शिवसैनिक भरकटताना त्यांच्यातील पिता हार खात होता. साहेब तीळ तीळ तुटत होते. या सर्व भावना केवळ डोळ्यांत वाचून समजायच्या गोष्टी होत्या. शरीर निवृत्त व्हायला धावत होते; मन मात्र नव्या उमेदीने धाव घेत होते. स्वत: उभा केलेला पक्ष उभा तुटताना पाहणे नशिबी आले होते. वेळीच टाका न घातल्याने शिलाई फाटतानाचे आवाज घुमत होते, त्रास देत होते.

हाडाच्या रंगचित्रकाराने त्यावर मैफलीचा इलाज शोधला होता, पण आता गप्पा रंगायला जुने सवंगडी कमी झाले होते. टी-पॉयवरील औषधांच्या गोळ्या आणि पुड्या बेचैन करत होत्या. शरीराची प्रयोगशाळा झाली होती. मनात ऊर्मी होती, पण आवाज थरथरत होता.

भाऊबीजेला मी त्याच खुर्चीच्या बाजूला बसलो होतो...याच खुर्चीतून साहेबांनी मला अनेक वेळा आशीर्वाद दिला होता. भंडारा लावला होता. नव्या वास्तूमध्येही ती खुर्ची दिमाखात शोभत होती. बाजूच्या खोलीत सोनेरी सिंहासन होते. हॉलमध्येही एक लाकडी सिंहासन होते; पण 'ती' खुर्ची अभेद्य होती, आज ती रिकामी होती.

आजूबाजूला नेते येऊन जात होते. चित्रपट कलावंत येऊन बसत होते. त्यांच्या मनात काय भावना होत्या; माहीत नाही. प्रत्येक जण त्या खुर्चीत साहेबांना पुन्हा पाहायला आसुसलेला होता.

मी सुन्नपणे खुर्चीकडे पाहत होतो. टीपॉयवर कार्टूनचे भले मोठे पुस्तक पडलेले होते. ते उघडायची कुणाची ताकद नव्हती. खुर्चीच्या डाव्या हाताजवळ बेल लटकत होती.

साहेबांची शाल हलेल, त्यातून रुद्राक्ष माळेचा हात बाहेर येईल, बेल वाजवताच थापा धावत येईल, माईना पाचारण केले जाईल, गप्पा रंगतील...असे वाटत होते.

पण ते होणार नव्हते.

बाहेर प्रचंड गर्दी होती.

मी हरवून गेलो होतो.

नि:शब्द होतो.

काय लिहिणार?

आणि—

किती सांगणार?

ज्यांनी ती 'खुर्ची' अनुभवली, त्यांच्या मनात...

काय असेल?

कुणास ठाऊक!

साहेब खुर्चीत नव्हते, हे मन मानायला तयार नव्हते.

मी नि:शब्द होतो.

सुन्न होतो...

भाऊबीजेला जाताना बातमी चांगली नसणार, हे माहीतच होते. गर्दी प्रचंड होती. आम्हाला मागच्या दरवाज्याने आत घेण्यात आले. दोनच दिवसांनी 'देवाज्ञा' झाली. आम्ही पहाटेच शिवतीर्थावर पोहोचलो. वातावरण गंभीर होते. पहाटे चारलाच शिवसैनिक जमू लागले होते. पुढील सर्व 'आँखो देखा हाल' उभ्या

राष्ट्राने पाहिला. चितेजवळ मीही होतो. गर्दीत हरवलेला मी पोलिसांनी वेढलो गेलो होतो. अग्नी देताना काही जण कॅमेऱ्यात कसे येऊ याचा आटापिटा करीत होते. पोलिसांनाही विधी पाहायचे होते. त्याच्या मनातही शिवसैनिक दडलेला मी अनुभवला. त्यांच्या डोळ्यांतही आसवे पाहिली. राष्ट्रीय नेते, अभिनेते यांची दाटी झाली होती. पण त्यांच्याकडे पाहायला कुणालीही वेळ नव्हता. अनेक शिवसेनानेते स्टेजवरच अडकले होते. कसा तरी मी चितेजवळ पोचलो. उद्धवजींना भेटलो. त्यांना भटजी हातात तीळ देत होते. मलाही तीळ देण्यात आले. सकाळी तयारीच्या वेळी आम्ही चितेत चंदन रचले होते. आता अग्नी देऊन झाला होता. त्यातून साहेबांचा चेहरा दिसतोय का— मी न्याहाळत होतो. काळे तीळ अर्पण केले. साहेब खरंच दूरच्या प्रवासाला केव्हाच निघून गेले होते...

बाळासाहेबांचा अंत्यविधी हा एक अपूर्व सोहळाच होता. टिळक, आंबेडकरांची महायात्रा मी फोटोत पाहिली होती. इंदिरा गांधींची आणि अमेरिकन राष्ट्राध्यक्षांची अंत्ययात्रा मी टीव्हीवर पाहिली होती. पण हे काही वेगळेच प्रकरण होते. लाखो लोक उन्हातान्हात उपाशीपोटी ताटकळत होते. हजारो जण हुंदके देत होते. त्यात सर्वपक्षीय कार्यकर्ते होते. शेकडो जण त्या परिसस्पर्शाने पावन झालेले होते. अनेक जण संघटनेपासून दुरावले होते, पण साहेबांशी त्यांचे नाते टिकून होते— ते सर्व आले होते. गर्दीला चेहरा नव्हता, पण सर्वांची भावना एकच होती.

असा नेता होणे नाही...
असा सेनापती लाभणे नाही...
आम्ही भाग्यवान...!
त्यांना आवडती सोनचाफ्याची फुले दिली...
त्यांच्या चेष्टा-मस्करीत सहभागी झालो...
पाठीवर थाप घेतली...
त्यांनी किती तरी वेळा कपाळाला अष्टगंध लावले...
आशीर्वाद दिला...

साहेबांना घेऊन स्वर्गाकडे ज्वाला उसळत होत्या...

॒॒

२. प्राजक्ताची फुले

'**प्राजक्ताची फुले**' म्हणजे सृष्टीने माणसाच्या झोळीत टाकलेला एक सुगंधी आविष्कार!

या झाडाने साऱ्या मनुष्यप्राण्याला वेड लावले. सत्यभामाच काय, आमची भांडीवाली मावशीदेखील ओंजळ भरून याचा आस्वाद घेते.

ज्यांच्या घरी वर्षानुवर्षे गणपती येतात, ज्यांना गावच्या मातीचा सुगंध विसरता येत नाही; त्या शहरात आता हाउसिंग सोसायटीला कुठे तरी '**पारिजात सोसायटी**' असे नाव दिसते. कधी तरी फेसबुकवर गणपतीच्या पायांवर वाहिलेली ती इटकुली फुले...त्यांचा गंध दरवळून टाकतात. हाताची बोटे नकळत केशरी झाल्यासारखी वाटतात.

मनात धागा गुंफू लागतो, आठवणी दाटून येतात.

आम्ही गणपतीला चौलला जायचो. रात्रीचे जागरण झालेले असायचे.

सकाळीच अगरबत्तीचा वास दरवळायचा. बायकामाणसांचे एव्हाना आवरून झालेले असायचे. आळस देत आम्ही अंथरूण सोडायचो. गाद्या असतील, तर तिच्या वळकट्या करून माडीवर नेऊन ठेवायचो.

हातात परडी घेऊन धावत सुटायचो. काहीच नाही मिळाले, तर सुपारीची पोगी असायचीच. या सुपारीच्या कोवळ्या पोग्या मोहक दिसायच्या. होडी म्हणूनही खेळायला त्या उपयोगात यायच्या. झावळीची इरी असेल, तर मग फुले ठेवायला खूपच जागा असायची. समोरच विनू मळेकरांची वाडी होती. त्यांच्या कुंपणात दातेरी जास्वंद. तिची फुले काढायचो आणि बिनदिक्कतपणे प्राजक्ताची फुले टिपायला सुरुवात करायचो. ताजी फुले मंद दरवळायची, त्यांचे केशरी देठ मोहक दिसायचे. बोट रंगायला पाहिजेत म्हणून आम्ही ते देठ चुरगळायचो. भगव्या रंगाचा टिळा लावायचो. तेव्हा कुठे माहीत होते की, तो 'अष्टगंधी' टिळा पुढे माझ्या आयुष्यात मोठी उलथापालथ करणार आहे ते!

बुताऱ्याची काडी घ्यायची, नाही तर जवळच्याच माडाच्या रोपाची पात ओढायची. एका हातात झापाची ती काडी धरायची आणि दुसऱ्या हाताने पातीची एक बाजू खस्सकन ओढायची. पात बाणासारखी हवेत झेप घ्यायची. तिला झेलण्याची चढाओढ लागायची. पायाला चिखलाचे वावडे नसायचे, की गांडुळांची भीती नसायची.

पुन्हा ती झेललेल्या पातीची दुसरी बाजू सोलायची. पुन्हा बाणासारखी काडी झेपावायची. ती घेऊन त्यात फुले ओवायची. गणपतीसमोर ती काडी एखाद्या बाटलीत उभी खोचायची. सोबतीला ताईने बनविलेली सोनचाफ्याची बाटली असायची. चांगल्या आकाराची बाटली घेऊन त्यात ताई फुले साठवून ठेवायची. ती लाखेनं सीलबंद करायची. पाण्यात फुलं वर्षभर कुजत कशी नाहीत, याचे कोडे पडायचे. कितीही विचारले तरी त्याचे 'सिक्रेट' कुणी सांगायचे नाही. अनंताची आणि सोनचाफ्याची फुलेसुद्धा काढून आणायचो. जास्वंदीच्या विविध जाती वाडीत असायच्या, पण एकट्याने वाडीत रस्त्यातले पाणी तुडवत जायला भीती वाटायची.

गावच्या दादांना सोबत घेऊन आमची स्वारी वाडीत जायची. जाताना पाण्यावर तरंगणारे कीटक लक्ष वेधायचे. झावळ्या एकत्र करून कुठे तरी कुंपणात ठेवलेल्या असायच्या. रस्त्याचा ओहोळ झालेला, त्यात छोटे-छोटे मासे असायचे. दोघांनी त्या झावळ्या दोन टोकांनी धरून पाण्यात टाकायच्या. पाण्याने त्या झावळ्या चांगल्याच वजनदार झालेल्या असायच्या. रस्त्याच्या पाण्यातून त्या

ओढत किनाऱ्यावर आणायच्या. झावळीत मासे अडकायचे. ओढताना काही हुशार जीव उडी मारून पाण्यात पळायचे. ते पकडायला सोबती असायचे. ते छोटे चकचकणारे मासे वैसट वासळायचे. तो वास आमच्यापण अंगाला यायचा. किती वेळ गेला, त्याचे भान कुणाला असणार? भटजी दुपारी जेवणापूर्वी येणार, म्हणजे हातात निदान दोन तास असायचेच. परडी प्राजक्ताने भरलेली तशीच असायची. झावळ्या मारून झाल्या की, पकडलेले मासे करवंटीत गोळा करायचे— नाही तर बाजूचे वाटेतले अळूचे पान ओरबाडायचे. त्याचा द्रोण बनवायचा. मग ते मासे विहिरीत सोडले जायचे. स्पर्धा लागायची. दुसऱ्यांच्या विहिरीतही ते मासे सोडले जायचे. तसा भेदभाव राहिलेला नसायचा. मासा मोठा झाल्यावर त्याला 'वडस' बोलायचे. उन्हाळ्यात विहीर उपसताना त्यांना पकडले जायचे. वाडीत गेल्यावर कोणी तरी आकडी आणायचे. बारीक बांबूच्या एका टोकाला तिरकी काठी जोडून आकडी केलेली असायची. गावचा भाऊ झाडावर चढायचा. जास्वंदीवर पण चढायला लागे. बेचक्यात बसून टोकावरची फुले ओढायची. सोनचाफ्याची फुले काढायला खास कसब लागे. त्यासाठी झाडावर लाकडी ठोकळे मारलेले असायचे. सोनचाफ्याची फुले जमिनीवर पडू न देता आम्ही झेलायचो.

गणपतीला प्रिय म्हणून गर्द लाल, झुपकेदार, डब्बल जास्वंदीकडे पहिला मोर्चा वळायचा. पण तिच्यावर डोंगळे हमखास असायचे. मस्ती म्हणून त्यांच्या पानांच्या देठावर काठी मारली जायची. आमच्या अंगावर ते लाल डोंगळे चढायचे, पळापळ व्हायची. मागचा पुढचा विचार न करता कपडे काढायला लागायचे. त्यातून सुटका होण्यासाठी वाडीतल्या चौकोनी विहिरीत उडी मारायचो. विहिरीचे सर्व कोपरे पोरांनी भरलेले असायचे. नव्या, शिकाऊ पोरांना सुकडीची जोडी बांधली जायची. प्रगती होईल तशी गाठ सैल करायची. दोन-तीन दिवसांत तशी वेळ येई. त्याआधी तीन-चार वेळा गटांगळ्या खाऊन पाणी प्यावे लागे. सुकड बांधलेली नसेल तर कुणी तरी बखोटीला धरून, नाही तर खालून येऊन पाय खेचून पाण्यात ओढी. ढकलाढकली आणि किंचाळणे दुसऱ्या वाडीतसुद्धा चाले. ज्या वाडीतून जास्त आवाज तितके घराणे मोठे. त्यांच्याकडे पाहुणे जास्त. संपूर्ण आळीत तो मान कायम आमचाच असायचा. मस्ती म्हणून खाजेरीच्या झाडाचा पाला हळूच कुणी तरी एखाद्याला चोळायचे. त्याची होणारी धांदल बघून आणखी धमाल यायची.

चौलच्या विहिरी चौकोनी आकाराच्या. रहाट गेला आणि दोन-चार दशकांपूर्वी पंप आले. पूर्वी पंपही मोठे असायचे. आता वाटपामुळे वाडीचे दोन तुकडे झाले.

वाटपात विहिरीचेसुद्धा हिस्से पडले. ज्याने-त्याने छोटे पंप बसवले. काहींनी तर पाण्यातच पंप बसवले, 'सब मर्सिबल', 'वॉटर-प्रूफ'— पण पूर्वी तसे नव्हते. एक विहीर एक पंप. मोठा लोखंडी पाईप विहिरीच्या मध्यावर असायचा. त्याला धरून तळाशी जायचे आणि तळातली खापरी आणायची— हा एक खेळ असायचा. नाही तर वरून कुणी तरी दहा पैशाचे हलके नाणे टाकायचा, ते डुबकी मारून आणायचे. पोटभर पाणी प्यायला लागायचे. दादा पाण्यावर संथपणे हात-पाय पसरून तरंगत राहायचा, त्याचे मोठे अप्रूप वाटायचे.

घरी परत येताना रस्त्यातले मासे बघून नेम धरून पायांनी पाणी उडवायचे. मासे चिखलात उडवायचे, ते गोळा करायचे...एक ना अनेक उद्योग चालायचे. वाट काट्याकुट्यांची असायची, पण घरच्यांना त्याची चिंता नसायची.

आरामात घरी पोहोचल्यावर केळीच्या पानात फोडणीचा भात— नाही तर नारळाचे पाणी, कांदा-खोबरे घातलेले पोहे; नाही तर कांदापोहे वाटच बघत असायचे.

हे सर्व झाले की, मग गणपतीला आणि घरातल्या देवांना प्राजक्ताचा हार बनायचा.

प्रत्येक घरात पूर्वेस देव्हारा, नाही तर फळ्यांचे शेल्फ भिंतीत बनवलेले असायचेच. त्यातच देव्हारा सजायचा. आत्याने वाराणसीहून आणलेला शाळिग्राम, कुणा फकिराने दिलेला शंख, आजीने पंढरपूरहून आणलेली पितळी विठ्ठल रखुमाई, ताम्हणातील बाळकृष्ण, पोथीतला दासबोध, श्रावणातल्या कथा, साईबाबांचा फोटो असायचा. घरात रोज सकाळी पूजा व्हायची. मोठ्या सहाणेवर चांगले घरगुती चंदनाचे खोड घासून ताटलीत चंदन काढले जायचे. तगर आणि प्राजक्ताची फुले त्यात बुडवून प्रत्येक देवाच्या कपाळाला चिकटवली जायची. देवाची कंठीसुद्धा घरीच बनवली जायची. पायाच्या अंगठ्यात सुतळी धरून सुंदर गोफ विणला जायचा. गुलबक्षीच्या नाही तर तगरीच्या कळ्या वापरून कंठी सजायची. ह्या सर्व उपद्व्यापापेक्षा आता नाक्यावरून हार आणणे सोपे वाटते.

पण तो स्वत: बनविलेला हार, ती तासभर चालणारी पूजा...तिचे पावित्र्य कसे येणार? पावित्र्य मानण्यात असते, हेही खरे; पण ही रेडिमेड पूजा 'शॉर्टकट— फटाफट' या पठडीतली.

फुले जास्त झाली आणि आमचा मूड असला तर दारावरच्या प्रत्येक तसबिरीला हार व्हायचा. शिर्डीचे साईबाबा तेव्हा कुणी बघितलेले? आत्या कधी तरी तिकडे गेलेली. गावातून कुणी एस.टी.वाला श्रावणात नाही तर कापणीनंतर

तीर्थयात्रा काढे. कापणीला **'लाण्या'** म्हणत, लावणीला **'ऐंजा'** बोलत. चिखलात पायाला 'कुअे' पडत त्याला करंजाचे तेल लावायचे. पायाला भोवरी आली, तर बिब्बा लावला जायचा. गणपतीत भाताने लोंब्या दाखवायला सुरुवात केलेली असायची. त्या फुलांचा वासही मादक असायचा. शेती निसायला लागली की, सारी जमीनच सुगंधी झालेली असायची. अंगणात विलायती तेरडा आणि रंगीत कोंबडा नावाची फुले हमखास दिसायची. वाडीत भाजीपाला नसायचा; पण उघडी जागा बघून अंगणात पडवळ, शिराळी, कारली यांचे वेल असायचे. बेड्यावर भोपळा, दुधी फुलायचा. काकडी नजर चुकवून काढायची, दातांखाली घ्यायची. एखादी काकडी मरणाची कडू निघायची. गुरांनी वेलीला तोंड लावले, अशी मनाची समजूत काढायची. 'थूऽऽ थूऽऽ' करत दुसऱ्या वेलीवर शोधाशोध सुरू व्हायची. पण दुसऱ्याला ती काकडी हौशीने खायला द्यायचो. दुसऱ्याच्या फजितीत सुख शोधायचो.

गणपतीत उदबत्ती, धूप, पिकलेलं चिबुड, मुंबईची मावामिठाई, घरातली फोडणी आणि सारवलेली पडवी यांचा एकत्र सुगंध पसरायचा. प्रत्येक घरात तो असायचा. फार तर परिस्थितीप्रमाणे उदबत्तीचा वास तेवढा वेगळा पसरायचा. पण भावना तीच, देवाबद्दल भक्तिभाव तोच. वर्षभर मुके असणारे घर गौरी-गणपतीत बोलते व्हायचे— खेळते व्हायचे. बच्चे कंपनी दुपारच्या जेवणानंतर गणपती बघायला निघायची. सरसकट प्रत्येक उंबरठा गाठायची. देवासमोर जाऊन 'गणपती बाप्पाऽ मोरयाऽऽ'ची आरोळी ठोकायची. फुटाण्याचा नाही तर खोबऱ्याचा प्रसाद मिळायचा. पेढा क्वचितच असायचा. सत्यनारायण असला तर पितळी पेल्यातून तांदूळ आणि गुळाची खीर दिली जायची.

आता आमंत्रणाशिवाय देवाच्या दर्शनाला जायला आम्हाला लाज वाटते. खास ओळखीच्या घरी जाताना पेढ्याचा पुडा न्यावा लागतो. नियमच झालाय तो! देवासमोर मिठाईची रास दाखवायची स्पर्धा लागते. मुलांवर 'हायजेनिक' खाण्याचे संस्कार करताना त्यांची प्रतिकारशक्तीच आम्ही नष्ट करतोय.

प्राजक्ताशी माझे नाते असे जिव्हाळ्याचे आहे. त्यात स्मृतींचा गोफ विणलेला आहे. भरपूर बहर येणारी ही टवटवीत नाजूक फुले अल्पकाळ टिकण्याचाच शाप घेऊन येतात. आजही कुणाच्या कंपाऊंडबाहेर पारिजातकाचा सडा दिसला की, मन थबकतं. वाटतं— थांबावं, झाड हलवावं, फुले टिपावीत, काडीत ओवावीत...घरी धावत जावं. वाटतं, आईला हाक मारावी.

दुसऱ्याच क्षणी जाणवतं— आई काळाच्या आड केव्हाच निघून गेलीय!

आणि 'इच्छा', ती तर केव्हाच मेलेय; आम्ही फक्त धावत सुटलोय.

कधी तरी आईच्या फोटोला हार चढवतो— निर्जीव फुलांचा. त्याला तो वास नसतो, सुगंधही नसतो आणि भावना   बोथट झालेली असते. उरतो केवळ उपचार— रूढी-परंपरांचा!

□□

३. अलिबाबाची गुहा

मंडणगडहून आम्ही अलिबागला आलो. पहिलाच दिवस कार्तिकातला, वरसोलीच्या यात्रेचा. एका छोट्या भाड्याच्या खोलीत मुक्काम. समोर 'व्यंकटेश भुवन हॉटेल'— कामतांचे. त्यांचा साबुदाणा वडा खूप प्रसिद्ध. भर बाजारपेठेतली खोली. आमचे काका पूर्वीपासून अलिबागला स्थिरावलेले.

पहिलेच अलिबाग-दर्शन. याच शहरात पुढे आयुष्य जाईल, हा विचारही तेव्हा शिवला नव्हता. खरं तर, तेवढी कुवतही नव्हती. बाबा वाक्यं प्रमाणम्! वडिलांची बदली, त्यांचा निर्णय. काकांचे मित्र काळे नावाचे इसम होते. तेही महसूल खात्यातलेच. त्यांचा मुलगा संजय काळे माझा अलिबागचा पहिला मित्र. त्याची आई सुगरण. दिवाळीनंतरही अनारसे, चकली, चिवडा—फराळ नव्याने बनवलेला. माझे बहीण- भाऊ-चारू-चित्रा-संजू आणि त्यांचा परिचय चांगला. मी अनेक गोष्टी पहिल्यांदाच पाहत होतो. त्या वेळचे अलिबाग मला खूपच मोठे

शहर वाटत होते. कारण त्यापेक्षा मोठे शहर मुंबई— मी फार तर एक-दोन वेळाच पाहिले होते.

वरसोलीची यात्रा डोळे दिपवून टाकीत होती. मोठमोठे आकाशपाळणे, मौत का कुआँ, मिठाईची दुकाने. भरपूर रस प्यायलो, म्हणजे माझ्या भाषेत 'पिल्ला!'

माझ्या या 'पिल्ला', 'खाल्ला', 'थंडी वाजली' अशा शब्दांची माझे सोबती चांगलीच खिल्ली उडवायचे. मोघेचे हॉटेल यात्रेत प्रसिद्ध. भजीची समोर आलेली रास, शेजारून तांब्यातून आलेला उसाचा रस आणि त्यानंतर विचार न करता 'आकाशपाळणा'... व्हायचा तोच परिणाम झाला! खालच्या लोकांच्या शिव्या खातच आम्ही गर्दीतून पळ काढला. इतकी गर्दी मी पहिल्यांदाच पाहत होतो. धुळीचे लोट, पिपाण्यांचा आवाज...मी आता गोंधळातून सावरत होतो. या गुंत्यातच पुढे गुंतत जाणार होतो, कात टाकणार होतो. ते वर्ष माझे नववीचे, १९७६ हे होते. त्या गर्दीतच एक उंच व्यक्ती लोकांचे आकर्षण ठरत होती. तिच्या सोबत अनेक मुलं-मुली होत्या. मोठ्या कुटुंबासहित ती व्यक्ती यात्रेवर छाप टाकत होती. तेव्हा कुठे माहीत होते, पुढे तीच व्यक्ती माझी राजकीय साथीदार बनेल...कुठे माहीत होते की, त्याच गर्दीतील त्यांचीच कुटुंब-सदस्य माझ्या जीवनात डोकावेल!

अलिबागची शाळा माझ्या जीवनपटावर कायम कोरली गेली. मुलांना टोपण नावानेच ओळखले जायचे. या बाबतीत मुलांची 'कल्पनाशक्ती' अफाट. चणेवाल्या वाडेकरांचा मुलगा आता मोठा व्यापारी झाला, पण आजपर्यंत तो 'चणा वाडेकर', एक मुस्लिम मुलगा— वाजंत्र्यांचा मुलगा 'ताश्या बुरूमकर', एक मारवाडी अमृत नावाचा, पण 'चिक्की'. त्यातून कुणीही सुटायचा नाही.

अलिबागला शाळेच्या मागेच समुद्र. पावसाळ्यात छत्रीच्या काड्या निघायच्या. त्या टोचत-टोचत पुढे जायचे. समुद्राजवळच्या वाळूच्या मैदानात खेळ रंगायचा. रानटी कांदे गवतातून डोके वर काढायचे. पावसात फुटबॉलही जोरात चालायचा. समुद्राला मिळणारा एक नाला होता. पावसाळ्यात भरतीचे पाणी त्यात शिरायचे. छत्रीत पाणी घेऊन मासे पकडायचे. काही जण ते छोटे-छोटे मासे प्लॅस्टिकच्या पिशवीतून घरी न्यायचे. ते गणपतीत आरास म्हणून देवासमोर मोठ्या बरणीत ठेवले जायचे.

कोळीवाड्यात घराघरांत देवाची सजावट पंधरा-वीस दिवस आधीच सुरू व्हायची. गणपतीच्या कारखान्यामुळे आम्हाला सजावटीची माहिती आधीच कळायची.

मंडणगडची चित्रकलेची आवड अलिबागला पुढे कांबळे सरांनी वाढवली. परीक्षेला बसवले. शाळेचेच रंग वापरायचे. त्यामुळे हात आखडता नसायचा. गणपतीत कोळीवाड्यात पडदे रंगवायचे काम असायचे. पुढे कोण बनणार, ते माहीत नव्हते. पण रात्र-रात्र पडदे रंगवायचो. कधी कधी त्या घरातच जेवायचो. हौस पण भागायची आणि खर्चाला पैसेही व्हायचे. एका पडद्याचे वीस ते तीस रुपये मिळायचे. शाळेत ठाकूरगुरुजी होते— उपमुख्याध्यापक, मारकुटे नंबर एक.

दहावीची परीक्षा झाली होती. त्यांच्या सायकलमागे धावत गेलो. वेडावून दाखविण्याचा इरादा होता, तो चांगलाच अंगाशी आला. खाड्कन कानाखाली वाजली. सायकलचा स्टॅण्ड काढून ठाकूर सर गेले, तरी मी गाल चोळतच होतो!

एकदा त्या चिक्की नावाच्या मुलाला काही अतरंगी मुलांनी वाळूत पुरले, फक्त मान बाहेर. नेहमी तो ताकद लावून बाहेर पडायचा, पण त्या दिवशी त्याला बाहेर पडताच येत नव्हते. शाळेत बातमी गेली. पळापळ झाली. मी फक्त लांबून पाहत होतो. मग सर्वांनी मिळून त्याला उकरून काढला.

दिवाळीनंतर मैदानात निळसर फुलांची झुडपे असायची. त्यांच्या सुक्या शेंगा काढल्या जात. त्या तोंडात घालून, नाही तर पाणी लावून समोरच्याच्या डोक्यात टाकायच्या— 'फट्' असा आवाज होऊन शेंग फुटायची. बिय उडायच्या, केसांत पसरायच्या. समोरचा डोके खाजवत बसायचा. दहावीला कुणी तरी कोचिंग क्लासचे फॅड काढले. रात्री शाळेच्या हॉलमध्ये जमा व्हायचो. नऊनंतर सर घरी जायचे; मग आमचेच राज्य. कुणी तरी तोतापुरी आंबा आणायचे. दहावीला या कोचिंग क्लासमुळे जेमतेम तरलो.

अलिबागला आता आम्ही चांगलेच रुळलो होतो. भाड्याची खोलीही बदलली होती. मिरची गल्लीत आलो होतो. ती चिंचोळी गल्ली, पण लोककलांचे आगर. याच गल्लीतून निवडणुकीच्या विजय-मिरवणुका जायच्या, पालख्या सजायच्या, गोविंदा नाचायचा आणि अंत्ययात्राही जायच्या. कोळीवाडा आणि बाजारपेठेला जोडणारी ती गल्ली लोकोत्सवाचा दुवा ठरली होती. शेजारीच विठोबा मंदिर होते. तेथे गोकुळ अष्टमीचा सप्ताह चालायचा आणि नवरात्रीत गरबासुद्धा असायचा. मंडणगडलाच देवळाशी नाते जोडले होते; या अलिबाबाच्या गुहेत ते आणखी घट्ट झाले.

बालाजी नाक्यावर एक दर्गा आहे. तेथे गुरुवारी लेले नावाचे गृहस्थ उरूस भरवायचे. भूत उतरवायचे. आम्ही शाळा बुडवून ती मजा पाहायचो. ते एडनला काही वर्षे होते. हिंदू असून फकीर बनले होते. कुणी रोगी सापासारखा सरपटायचा,

कुणी बाईच्या आवाजात ओरडत सुटायचा. ते मोराच्या पिसांचा झाडू अंगावरून फिरवायचे. आम्ही लांबून घाबरत ती मजा बघायचो. 'श्री' नावाच्या साप्ताहिकात त्यांची बरीच माहिती छापून आली होती. तो अंक खूप खपायचा. पुढे त्या अंकात मी अनेक वेळा लिहिले. मी लिहिलेले प्रथमच छापून आले होते, तेव्हा मी बारावीतच लेखक झालो होतो. मला घरून वेसण घालण्यात आली. पुढे कॉलेजमध्ये गेल्यावर कुठे कुठे लिहीतच होतो.

अलिबागला बालाजी मंदिराची साफसफाई होत होती. मूर्तीजवळ सहसा कुणी जायचे नाही. वटवाघळे घाण करायची. देवाचे पण दिवस यायला लागतात. पुढे कित्येक वर्षांनी देवाचे नशीब जागृत झाले. मी दोन दिवस मूर्ती घासत होतो. पंचधातूची ती दुर्मिळ मूर्ती काही विश्वस्त आणि शेट्टी मंडळींनी नावारूपाला आणली. मार्केटमध्ये अशीच काही दुर्लक्षित देवळे होती. एक लक्ष्मी-नारायणाचे देऊळ होते. आता ते खूप सुधारलेय. अतिशय रेखीव, कोरीव मूर्तींना आता पुन्हा तेज प्राप्त झालेय. अलिबाग तालुक्यातील अनेक पुरातन देवळे सुधारत होती. कात टाकत होती. कौलारू छपरे जात होती, देवळांवर नवे-नवे कळस चढत होते. अलिबागही कात टाकत होते. पूर्वी हौदात नळाचे पाणी यायचे, ते आता बंद होऊन घराघरांत नळ आले होते. भर रस्त्यात शंकराच्या देवळासमोर पोखरण होती. आम्ही त्यात 'डुब्बा!' मारायचो, 'मुटका' मारायचो. म्हणजे हाता-पायांची घडी घालून उडी मारायचो. रस्ता-रुंदीकरणात ती पोखरणच बुजवली गेली; नाही तर सकाळीच हौदावर पाणी काढण्याचा आवाज, बादल्यांची आदळआपट अलिबागकरांना जागवायची. आता तिथे अश्वारूढ शिवाजीमहाराज अवतरलेत.

अलिबागच्या चाळी कमी होत होत्या. त्यांवरून नांगर फिरत होते. पागाची चाळ आणि त्या पलीकडे ठोसरांची चाळ— हे सांस्कृतिक चळवळीचे केंद्र होते. त्या समोर सिद्धराज कला मंदिर होते. आम्ही भाऊ सिनकरांना ओळखायचो. खुर्च्या लावायला मदत करायचो. कारण एकच— विंगेतून, नाही तर पुढून नाटक बघायला मिळायचे. मेघा, महेश टॉकीज नव्यानेच झाली होती. देवांचे पिक्चर लागले की, हमखास पडद्यावर पैसे उडायचे. होळी जवळ आली की खानाव, सहाण रस्त्यावरून सकाळीच बैलगाड्या यायच्या. त्यांत कलिंगडे असायची. मिरची गल्लीत त्यांची रांग लागायची. कुणाच्या वाडीत बेलफळ मिळते, कुणाच्या मागे महालुंग आहे, कढिपत्ता कुठे मिळतो— हे नेमके सर्वांना माहीत असायचे. डॉक्टर ठराविक. एक ढबू, दुसरे भट. पण रात्री-अपरात्री धावत येणारे केळकर डॉक्टर सर्वांना जास्त जवळचे वाटायचे.

या गुहेत अजून टीव्ही नावाचा राक्षस शिरला नव्हता, पण तो आला श्रीमंतांकडेच. डेव्हिड आइस्क्रीमवाला भारी फेमस. पहिली लॅम्ब्रेटा स्कूटर त्यांचीच. नॅशनलचा टीव्हीही त्यांच्याकडेच. मग एकेकाकडे आला. आज करोडपती असलेली घराणी त्या वेळी साधे व्यापारी होते. तेच टीव्ही. बघायला आमच्यासोबत झेडपीत, नाही तर सिव्हिल हॉस्पिटलला यायचे.

आत्ताच्या झेडपीसमोर वाळूची मोठी टेकडी होती. क्रीडा भुवनाच्या पलीकडे काहीही नव्हते. इंदिरा गांधी येणार, म्हणून तेथे रस्ता झाला आणि समुद्राचे नशीबच बदलले.

याच अलिबागने पुढे आम्हाला घडवले, चळवळे बनवले. या गुहेत शिरलो, तेव्हा ती अलिबाबाची गुहा वाटली. अली नावाच्या श्रीमंत व्यापाऱ्याने येथे बागा बनवल्या, नागरी वस्ती वाढली; त्या गुहेच्या प्रेमात पडलो. अनेक स्थित्यंतरे येथे घडवली आणि अनुभवलीसुद्धा. येथे येणे सोपे; पण हिच्या मोहिनीत अडकलात की, पक्के अलिबागकरच होऊन गेलात म्हणून समजा!

□□

४. जे. एस्. एम्.

आमचे कॉलेजचे जीवन तसे खुरटलेलेच होते. एक तर इतर काय करता येत नव्हते, म्हणून कॉमर्स करायचे ठरवले. कॉलेजचे आकर्षण होते, पण खिसे रिकामे होते. सायकलने कॉलेज गाठायचे. एकच सायकल दोन भाऊ आलटून-पालटून वापरायचो. भाड्याच्या खोलीखालीच घोडेकरांचे सायकल दुरुस्तीचे दुकान होते. त्यामुळे प्राथमिक ज्ञान होतेच. दुरुस्तीही फुकटात व्हायची.

घराशेजारी पावसाळ्यात विठोबाच्या देवळात मोहन म्हात्रेचा गणपतीचा कारखाना असायचा. चित्रकार बनण्याची आवड होती, पण त्याला मुरड घातलेली; ती हौस गणपतीच्या कारखान्यात भागवून घ्यायचो. मूर्तीला मदत करता-करता वडिलांचाच अर्ध पुतळा बनवला. बरीच वर्षे तो होता. रात्र-रात्र गणपतीच्या मूर्तीत रंगायचो. आवडीने सर्व कामे करायचो.

कॉलेज समुद्रकिनारी. तासांना बसण्यापेक्षा दांड्याच जास्त. बरे, सर्वच

प्राध्यापक ओळखीचे. वातावरण चळवळीचे होते. अभाविपचे वारे होते. राजकारण समजत नव्हते. पण बरेच प्राध्यापक जनता पक्षाला धार्जिणे अन् काँग्रेसविरोधी. त्यांना आमच्यासारख्यांची गरजच असायची. आम्ही प्राध्यापकांशी सुसंवाद साधून त्याचा फायदा घ्यायचो. भेंडीखाली जमायचो. आणीबाणी लागली आणि वातावरण ढवळून निघाले. मुलांना घेऊन प्राध्यापक आंदोलन करायचे, अटक व्हायचे. काही जणांना तर मोर्चातून उचलून अठरा महिने आत ठेवलेले. स्वातंत्र्याचे दुसरे आंदोलन आम्ही जे.एस.एम. कॉलेजलाच अनुभवले. त्यामुळे सत्तेविरुद्ध मूस तयार झाली. विरोधातच आवाज उठवण्याची ओढ लागली.

आम्ही तयारी करायचो. पोस्टर चिकटवायचो. प्राध्यापकांमध्ये सरळ-सरळ दोन गट पडले होते. त्यातील व्यवस्थेविरुद्ध आवाज उठवणारे आम्हाला जवळचे वाटायचे.

आम्हीही आता उठाव करू लागलो होतो. काही प्राध्यापक नीट शिकवायचे नाहीत. त्यांच्यावर बहिष्कार टाकायचो. त्यांचा तास सुरू झाला की, अख्खा वर्ग उठून जायचा. प्रिन्सिपॉल बोलवायचे. आम्ही मुद्दे मांडायचो. कोलगे नावाच्या क्लार्क बाई होत्या. त्यांची मुले सोबतीला होती. त्यांनी वादविवाद स्पर्धेचा रस्ता दाखविला. मग महाराष्ट्रभर स्पर्धेला जाऊ लागलो. एस.टी. भाडे आणि हातखर्चाला पैसे मिळत. त्यातही काटछाट करून आम्ही आजूबाजूची प्रेक्षणीय स्थळे फिरून यायचो.

नागेश कुलकर्णी एकदा सोबतीला होता. जळगावला वादविवाद स्पर्धा होती. श्रीकृष्ण जळूकर नावाचे संपादक स्पर्धेचे आयोजक होते. स्पर्धा संपली. बक्षिसे घेऊन आम्ही परतीच्या प्रवासाला निघालो. गाडी चुकली! रेल्वे स्टेशनवर रात्र काढणे जीवावर आले. समोरच जैन यांची कपडा मिल होती. तेथेही आंदोलन चालू होते. एस.आर.पी.चा पहारा होता. तंबू पडले होते. त्यांना विनंती करून रात्र काढण्याचे ठरवले. सकाळी उठलो, तर खांद्याला अडकवलेल्या बॅगा गायब! दोघांचीही पंचाईत. परत जाणार कसे? श्रीकृष्ण जळूकरांना गाठले. त्यांना विनंती केली. त्यांनी एस.टी. पासची व्यवस्था केली. बक्षिसाची रक्कम घेतली. औरंगाबादमार्गे पास तयार केला. येताना अजंठा-वेरूळ पाहिलेच. वर प्रत्येकी २० रुपये वाचवले. एकशे तीस रुपयांचे बिल कॉलेजने मंजूर केले. अडचणीतून मार्ग शोधण्याची सवय अशीच लागली.

कॉलेजमध्ये असताना काहीही वात्रटपणा चालायचा. गॅदरिंगला फिशपॉण्डचा प्रकार होता. एक 'बिलंदर' निवड समितीवर होता. स्वत:लाच फिशपॉण्ड टाकून

घ्यायचा, सहानभूती मिळवायचा आणि इतरांना जळवायचा. पुढे तो राजकारणात आला. युनियन लीडर झाला. एकाला 'सागर - शिव्यांचे आगर' असा फिशपॉण्ड पडला. आज तोही राजकारणी बनलाय.

एक मोठा श्रीमंत मुलगा होता. त्या वेळी तो गिअरची सायकल आणायचा. त्याला थोडे चढवले की टोमॅटो ऑम्लेट नाही तर केक मिळायचे. आम्ही त्याची वाटच पाहायचो. त्याचा वीकपॉइंट ओळखला होता. पार्टीसाठी एक-एक करत सर्व घोळका करायचे. एका चाणाक्ष सोबतीला ध्वजस्तंभ हलवून उपकता येतो, हे कळले. झाले, या श्रीमंत मुलाची सायकल आणली गेली. ध्वजस्तंभ उपकून त्यात ती अडकवली. पुन्हा झेंडावंदनाला स्तंभ तयार. थोड्या वेळाने श्रीमंत आले. "अबब! हे काय झाले?" म्हणाले. सर्वांनी हात वर केले. क्लार्कही जोडीला. ते प्रिन्सिपॉलना रिपोर्ट करतो म्हणाले. प्रिंन्सिपॉल त्याच्या वडिलांचे मित्र. घरी कळले तर राडा होणार. त्यापेक्षा रात्री सायकल खांद्यावरून उचलून काढायची मांडवली झाली. सर्वांना टोमॅटो ऑम्लेटसोबत कॉफीही मिळाली. पुन्हा सिद्धेश्वरची ट्रीपही पुरस्कृत झाली. संध्याकाळी खांब उपकून सायकल घरपोच झाली. चार-पाच वेळा असे घडल्यावर बिंग फुटले. आता आमची तक्रार व्हायची वेळ आली होती, पण निभावून नेले.

कॉलेजचे दिवस जात होते. जिमखाना हे सर्वांत आवडीचे ठिकाण. भाऊ जी. एस. झालेला. त्यामुळे दरारा आपोआपच आलेला. त्यात मराठी मंडळ, भित्तिपत्रके आणि सर्व स्पर्धा यांत भाग घ्यायचो. त्यामुळे प्राध्यापकांच्या घरी जायचो. गाण्यातले काही कळायचे नाही, पण तरी एका दांपत्याकडे जाऊन रेकॉर्ड आणायचो. त्या दुसऱ्याला ऐकायला द्यायचो. थोड्या दिवसांनी परत करायचो. रागाचे नाव तेवढे वाचून जायचो. मी गेलो की बाई तबला लावायच्या. मी डुलक्या काढायचो. कॉफी पिऊन पळ काढायचो.

भावाने 'त्रिमूर्ती मंडळ' स्थापन केलेले. त्यात जज्जचा एक मुलगा, एक प्राध्यापकाचा. तिघे परीक्षा संपली की सर्वांकडून पुस्तके गोळा करायचे, गाईड गोळा करायचे. ओळखीच्या प्रेसमध्ये जाऊन बाइंडिंग करायचे. त्रिमूर्तीचा शिक्का मारायचे आणि अर्ध्या किमतीत पुस्तके विकायचे. फी सोडवायचे.

वर्गातून सी.आर.ची निवडणूक होती. एका मित्रालाच आव्हान द्यायचे ठरले. तो पोलिसाचा मुलगा. मोठा हुशार आणि खूपच जास्त आव आणणारा. मला सूचक, अनुमोदकसुद्धा मिळत नव्हते. कसा तरी एकदाचा फॉर्म भरला. निवडणुकीत वातावरण तापायचे, हाणामाऱ्या व्हायच्या; पण आम्ही पळपुटे होतो.

ऐनवेळी पेणहून मुले आणली. त्यांना टेम्पोचे भाडे मित्रांनीच दिले. तेवीस मते मिळाली. या जोरावर सी. आर. झालो. पुढे डोके चालवून विद्यापीठ प्रतिनिधी झालो, सिनेट निवडणूक लढवली आणि राजकारणात चंचुप्रवेश झाला. दिलीप हाटेंच्या जवळ आलो. मोहन रावले तेव्हा भारतीय विद्यार्थी सेना पाहायचे. छातीवरचे वार दाखवत फिरायचे. अ.भा.वि.प. च्या मदतीने आम्हीच बाजी मारायचो.

कॉलेजच्या गरजा कमी होत्या. एन.एस.एस. ने माणसे जोडायला शिकवले. छोटे-छोटे कॅम्प करायचो. रेती उपसायचो. गावकरी कांदापोहे द्यायचे. एकमेकांना रेतीची घमेली द्यायचो. त्यातून कुणाला काय फायदा व्हायचा— माहीत नाही, पण श्रमाची किंमत कळायची. ग्रुप लीडरच्या शेतावर एकदा भर दिवाळीत कापणीला गेलो. नाश्त्याला दिवाळीचा फराळ. भाऊबीज चुकली. घरी आरती उतरून झाली. एन.एस.एस.ने समाजात आणले अन् कॉलेजने बुजरेपणा घालवला. आयुष्याची तीन वर्षे भुरकन उडून गेली, त्याची आज रुखरुख लागते. कधी तरी कॉलेजला जाणे होते. बदललेल्या इमारती, बदललेले वातावरण गुदमरून टाकते.

गॅदरिंग झाल्यावर काही अतरंगी शिव्यांच्या भेंड्या लावायचे. आज त्यांतले बरेच जण मोठे व्यावसायिक झालेत. आम्हाला श्रोत्यांचे काम असायचे.

आसपास शूटिंग असले की, कॉलेज ओस पडायचे. 'राम बलराम!'च्या वेळी अमिताभ बच्चन, धर्मेंद्रसाठी दिवस-दिवस फुकट घालवायचो. कुलाबा किल्ल्यात शूटिंग असायचे. गावात धड हॉटेल नव्हते. सरकारी गेस्ट हाऊसवर नटमंडळींचा मुक्काम असायचा. गर्दी व्हायची. आम्ही धिटाई करून त्यांना बाहेर बोलवायचो. सह्या घ्यायचो. 'आक्रोश'चे शूटिंग होते. ओम पुरी आणि शाम बेनेगलची पुरी टीम गावात सायकलवर फिरायची. कोर्टात, वकिलांकडे येऊन बसायची. आम्ही त्यांचे पंटर व्हायचो. पाहुणे आले की शूटिंग स्पॉट दाखवायचो. 'यशोदा', 'आंगनकी कली' असे किती तरी चित्रपट आम्ही जिवंतपणे असे अनुभवले. प्रत्यक्ष टॉकीजमध्ये त्यापेक्षा ते प्रसंग वेगळेच दिसायचे. पोरे जमवायची कला आता जमू लागली होती. चळवळी नुकत्याच कुठे सुरू झाल्या होत्या.

मृणाल गोरेंची सभा होती. सभा उधळली गेली. आम्ही कार्यकर्ते पाहतच राहिलो. त्या वेळी निवडणुकीत वातावरण खूपच तापायचे. खिंडीतून गाड्या येताना दगडफेक व्हायची. पोलिसांच्या लाठ्या बसणार नाहीत, अशा बेतात आम्ही असायचो. प्राध्यापक नेहमी हरायचे, पण त्यांच्या सभा ऐकण्यासारख्या असायच्या. मात्र शिवराळ आणि मोठ्या मोठ्याने भाषणे ठोकणाऱ्या नेत्यांच्याच सभेला गर्दी व्हायची. ते समोरच्याची साफ लाज काढायचे. वाद घरच्या खासगी

भानगडीपर्यंत यायचा. गावात तेव्हा कोळीवाड्यात बी.वाय.टी. नंबरचे वाहतुकीचे डबे असायचे. त्या प्रवासी गाडीतून मोठमोठ्याने स्पीकर लावून कलापथक फिरायचे. त्यात नरडीच्या देठापासून ओरडणारे पुढे जिल्ह्याचे भाग्यविधाते झाले. शिस्तीने, सोज्वळ प्रचार करणारे, खांद्याला शबनम अडकवून पुणे मुक्कामी स्थाईक झाले. परागंदा झाले. प्राध्यापकांना साथ देणारे काळाच्या ओघात मुख्य प्रवाहात सामील झाले आणि वाहूनही गेले.

कॉलेजला होस्टेल होते. काही प्राध्यापक फारच फ्रेन्डली होते. त्यांचा मुक्काम होस्टेलवर असायचा. वर्षातून एकदा 'होस्टेल डे' असायचा. त्या दिवशी सर्वांचे हिशेब चुकते व्हायचे. वसुली व्हायची, शिक्षक-विद्यार्थ्यांतील अंतर संपायचे.

प्रत्येकाचे कॉलेजजीवन खास कप्प्यात जपून ठेवण्यातले. आमचे तर दिशाहीन. फक्त मौज-मजा आणि खऱ्या अर्थाने 'आनंदवन'. आम्ही कॉलेजलाच आमचे घर मानलेले. दिवसरात्र तेथेच पडलेले असायचो. मग शिपाई साथीदार बनायचे.

पण त्या वास्तूने आणि प्रभृतींनी आम्हाला व्यसनापासून लांब ठेवले. कधी सिगारेट हातात घ्यावीशी वाटली नाही, की बिअर फोडावीशी वाटली नाही. वात्रट होतो, पण तरीही कॉलेजला देवघर समजत होतो. खूप खेळलो, बागडलो; पण प्रतारणा नाही केली. असे कॉलेज होणे नाही. जीव ओतून मुलांच्यात मिसळणारे शिक्षक-प्राध्यापक होणे नाही.

ते दिवसही आता फिरून येणे नाहीत...

□□

५. विजयादशमी

आपल्याला सर्वांत प्रिय गोष्ट विचारली, तर आपण पहिली पसंती कशाला द्याल?

आपण आधी आढेवेढे घेऊ, मग झटपट विचार करू— उत्तर अडचणीचे ठरणार नाही ना, याची प्रथम मनातल्या मनात आखणी करू. मग सावधपणे उत्तर देऊ. पण खरं सांगू? प्रत्येकाला आवडते ते, जुन्या आठवणींत रमायला.

जुने दिवस आठवा. शाळेतल्या पुस्तकात जपून ठेवलेली ती मोरपिसं मनात आणा. केवळ आठवणीनेसुद्धा कसे हळवे वाटते, ते अनुभवा. आम्ही वडिलांच्या बदलीच्या नोकरीमुळे कोकण अनुभवले. विजयादशमी जवळ आली की— डोंगरदऱ्या पिवळा शालू नेसायच्या. गौरी-गणपती जाऊन महिना झालेला असायचा.

शेतं तिळाच्या फुलांनी पिवळी जर्द झालेली असायची. अंगणात, मखमली

पिवळ्या रस्त्यात, झुडपेसुद्धा पिवळाच शालू नेसायची. शिराळी, काकडी, भोपळा, घोसाळी— सर्व काही पिवळेच पिवळे. तो रंग नवरात्रीची चाहूल घेऊन यायचा. तेव्हा गरबा किंवा दांडिया नव्हते. देवीची 'दुर्गे दुर्घट भारी' आरती व्हायची.

मी पहिली पाटी पूजली ती खेड येथे. नंतर म्हसळा, देवरूख, मंडणगड, आणि आता अलिबागला. पण अलिबागला परिस्थिती बदलली, दिवस बदलले...

तेव्हा आदल्या दिवशीच दसऱ्याची लगबग सुरू व्हायची. माळावरून दरवाज्याला तोरणासाठी गवतफुले, भाताच्या आणि नाचणी वरीच्या ताज्या लोंब्या यायच्या. त्यांत आम्हाला रस. गणपतीला कवंडळ, गौरीला गौरीची आणि भेंडीची फुले, श्रावणात नागपंचमीला नागाचे वेल, दिवाळीला चिरांटी का लागतात— असे विचारल्यावर आई तीच ती उत्तरे वेगवेगळ्या पद्धतीने द्यायची. दगडी पाटी स्वच्छ धुवायची. तिला कोळसा लावायचा. जमलं तर नवी पाटी आणायची. दुसऱ्या दिवशीसाठी तांदूळ, हळद, कुंकू, साखर, फुले, उदबत्ती यांची तयारी करायची. छोट्या-छोट्या पुड्या भरून दप्तर तयार असायचे.

सकाळीच लगबग सुरू व्हायची. सातलाच आम्ही शाळेत असायचो. मैदान साफ केलेले असायचे, पडवी सारवलेली असायची. प्रत्येक जण समोर पाटी-पुस्तक ठेवून बसायचा. पाटीवर फुले, अक्षता, हळदी-कुंकू वाहायचा. समोरचा सरस्वतीचा पुतळा प्रसन्नपणे आशीर्वाद द्यायचा. गुरुजी खाऊ वाटायचे. गोष्ट सांगायचे, तासाभरात कार्यक्रम आटोपला की, पूजेचे साहित्य फुलांसकट पिशवीत ठेवायचे. त्यावर काढलेली आकड्यांची सरस्वती मन प्रसन्न करायची. ती आकड्यांची सरस्वती म्हणजे मी काढलेले पहिले रेखीव चित्र. एक-एकचे आकडे काढताना मजा वाटायची. घरी धावत यायचो ते नवान्नाची खीर खायला. शाळा सुटली, हायस्कूलमध्ये गेलो तरी पुस्तक-वह्यांची वर्गात पूजा करायचो. कॉलेजला आलो तरी सरस्वतीपूजन असायचे.

हायस्कूलला आलो, तेव्हा दसऱ्याला मंडणगडला लाकडाची एक गिरणी सुरू झाली. कोकाटेचे फटाक्यांचे दुकान दसऱ्याला लागायचे, ते बघायला गाव जमायचे. खरेदी कमी होत असली, तरी प्रत्येक फटाक्याची चौकशी व्हायची. शाळेतील पूजा झाली की, सर्व जण भैरीच्या रानात जायचो. देवळात नऊ दिवस देव घटी बसलेले असायचे. रात्री जागरणाला, भजनाला गेलो तर धनगरांनी नाहीतर कुणबी लोकांनी गुरांच्या बेड्याच्या मागे लावलेल्या काकडी, चिबुडे मिळत. टकमक नावाची छोटी चिबुडे फार गोड लागत.

दसऱ्याला भैरीच्या देवळात होम असे. पेरलेले नऊ प्रकारचे धान्य चांगले

वीतभर झालेले असायचे, त्याचे उद्यापन व्हायचे. प्रत्येक जण चिमूटभर धान्य उपटून आणायचा. त्याची घरी पूजा व्हायची. सारे गाव शेतीला आणि मातीला मानायचे. आता धान्य मातीत सडून गेले, तरी कृषिमंत्र्यांना त्यात फारसे वावगे वाटत नाही. शहरी माणूस गव्हांकुरासाठी मॉलमध्ये ग्रॅमवर पैसे भरतो.

दुपारी गोसावी सभापतींच्या घरी गाव जमायचा. त्यांच्याकडे मोठा होमविधी असायचा. सर्व जण देवळात समोरच्या आपट्याच्या झाडाजवळ जनायचे. ब्राह्मण पूजा करायचा. प्रत्येक जण मग फांदी घेऊन घरी यायचा. बाजारात तेव्हा दसऱ्याचे सोने विकत मिळायचे नाही आणि कोणत्याही आपट्याच्या झाडाची पानेही चालायची नाहीत. पूजा केलेल्या झाडाचीच पाने लागायची.

संध्याकाळी पुन्हा तहसीलदार कचेरीत गाव जमायचा. वर्षातून असे योग चार-पाच वेळा यायचे, पण ते राष्ट्रीय सणाचे. दसरा एकच सण असा की, सर्व गावकरी तहसीलदार ऑफीसला जमायचे. ध्वजस्तंभाजवळ 'सोने' ठेवलेले असायचे. त्या फांद्या सजविलेल्या असायच्या. पुन्हा ब्राह्मण यायचा. पूजेची तयारी करायचा. तहसीलदार पहिल्यांदा पूजेची तलवार मारून सोन्याची ती रास तोडायचे, माळा सुटायच्या. पुन्हा सर्व जण सोने लुटायचे, वाकून एकमेकांच्या पाया पडायचे. त्या दिवशी सर्व भांडण-तंटा विसरून प्रत्येक जण प्रत्येकाच्या घरी जायचा.

अलिबागला सकाळीच घरात पूजन करायचे. दुकानातून जिलबी नाही तर श्रीखंड यायचे. पूर्वी आई चक्का लावून, घरीच जायफळ वेलची घालून श्रीखंड करायची. श्रावणानंतर गणपती आणि दसरा हे सण घर प्रसन्न करून सोडायचे. गावात अनेक ठिकाणी पूजा, उद्घाटने असायची. नवे नाहीतर निदान चांगले कपडे घालून, खिशात सोने घेऊन सर्व मित्र व ओळखीच्या घरांत जायचो. संध्याकाळी इतर लोकही सोनं वाटायला फिरायचे. एका खिशात गणपतींवाल्याकडून सोनेरी रंग लावून घेतलेलं खास 'सोनं' असायचं, तितक्याच खास माणसासाठी. तेव्हा 'एस. एम. एस.' नव्हते, टीव्ही नव्हते, की भेटवस्तू नसायच्या.

नवरात्रीत सार्वजनिक वाचनालयात शारदोत्सव असायचा. पापाभाई पठाण नावाचे मुस्लिम नेते होते. समाजसेवा करायचे. सामाजिक एकोपा राखायचे. त्यांच्या शब्दाला किंमत होती. कार्यकर्ते सोबत घेऊन चालण्याची त्यांची तयारी होती. अलिबागच्या शारदोत्सवात चांगली व्याख्याने, भाषणे ऐकायला मिळाली. अलिबागने पुढे तो वारसा जपला नाही. शेवटी-शेवटी तर आयोजकांना घरून माणसे बोलावून आणावी लागायची. नेन्शनर भिंतीला टेकून बसायचे, वक्त्यासमोर बसायला कुणीही तयार नसे. पुढे वक्त्याची 'उत्तरपूजा' महत्त्वाची होऊ लागली.

त्यात चांगली भाषणे मागे पडली. नंतर ऑर्केस्ट्रा आला. आता काहीच होत नाही. जे कोणी प्रयत्न करतात, त्यांना दातांच्या कण्या कराव्या लागतात. जुन्या आठवणींत आनंद मानायचा, इतकेच.

अलिबाग काय किंवा इतर शहरे काय— इंटरनेटच्या जमान्यात 'ई-बुक' आणि 'यू-ट्यूब'च्या नादात खरी 'पुस्तके' आपण विसरत चाललोय. वाचणे हेच सर्वात कष्टाचं काम झालंय. याच दिवशी माझा साखरपुडा झाला. दादरला एका मोठ्या हॉलमध्ये तो होता. बदलत्या परिस्थितीनुसार भटजींनी प्रथाही बदलल्या होत्या. त्याला समारंभाचे स्वरूप आले होते. प्रत्येक वर्षी दसरा येतो आणि जातो. घटनाचक्र बदलतेय; जग बदलतेय, आता एस. एम. एस. मागे पडून फेसबुक जोरात आहे.

शेवटी दोस्तीच्या, ऋणानुबंधाच्या या भावना व्यक्त होणे महत्त्वाचे— मग ते आपट्याचे पान असो, नाही तर फेसबुकचे. संस्कृती बदलत जाणार आहे. नवे स्वरूप धारण करणार आहे. फार मागे वळून पाहण्यापेक्षा, पुढेही पाहायला काय हरकत आहे? शुभेच्छांना खर्च तर पडत नाही... भावना त्याच आहेत... फक्त त्यांचे पोचणे वेगळे आहे...

□□

६.पाडेकरी

चौलची ओळख जगावेगळी. इथली माती वेगळी, संस्कृती वेगळी, माणसेसुद्धा वेगळी. चौलचा इतिहास जुना. या गावाला इतिहासात रमायला आवडते; त्याला भविष्याची चिंता नाही. गावात शेकडो देवळे, हजारो विहिरी, घरपट्टीस विहीर— त्यात वाढ होतेय, पण पाणी कमी होत नाही. मे महिन्यात विहीर उपसायची, साफ करायची; तर दोन-दोन पंप लागतात.

चौलला सर्वांत दुर्मिळ गोष्ट म्हणजे पाडेकरी. एक वेळ तेराव्याला भटजी मिळेल, पण ठरल्या वेळी पाडेकरी आला तर शपथ! चौलच्या पाडेकऱ्याचा थाटच वेगळा! तुमचे नशीब असेल, तर त्याला फोन लागेल. वाट पाहून दमलात आणि त्याच्या घरी गेलात, तर महाराज भिंतीला टेकून बसलेले दिसतील. हाफपॅण्ट, मळकट बनियन— असा थाट. तुमचे स्वागत "अय्या अय्या— विसरलोच! तुमचा पाडा आज ठेवलाय?" असे बोलतच होणार. तुमचा पारा

चढलाच तर "थांबा हो— काय करणार? त्या मुंबईवाल्यांचा पाडा आडवा आला!" आपण त्रागा करून विचारायचे. "अरे आम्ही काय चिंचोके देतो काय?" त्यावर शांत स्वरात उत्तर "जाऊ द्या हो आम्हाला पण जरा पैसे कमवू द्या की!"

खरे तर गाववाले आणि मुंबईकर असा काही भेदभाव नसतो. दर सर्वांना सारखाच— पंधरा रुपये माड. भारी तर गोड बोलून वीस रुपये. पण नाश्ता वेगळा आणि वार्तापत्र मोफत. पाडेकरी आल्यावर सावकाश सायकल लावणार. हॅण्डलची पिशवी काढणार, मग तुमच्या समोर बसून सायकलची चेन नाही तर ब्रेक तपासणार. तुमच्या घड्याळाला काहीही किंमत नसते.

"विलासराव, काय बेत आहे? वाडीची शांती करा" —

"जाऊ दे रे, तू पहिला पाडा पाड; आधीच उशीर झालाय!"

"शेठ, वाडीतली देवी जागृत हो!" — दुसरा पाडेकरी.

"तुमची बाय दर वर्षी कोंबड्याचा मान द्यायची, खणा-नारळाची परडी द्यायची."

"मळेकर, ते मला माहीत आहे. पण माझा विश्वास नाही अशा गोष्टींवर."

"साहेब, तुम्हाला काय कमी आहे? जुन्या लोकांच्या रूढी ठेवा चालू."

"साहेब, त्या दत्तू घरताचं बघितलंत ना? एका वर्षात दोघं गेली. मानपान चुकवू नये. शेवटी खाणार कोण— आपणच; देव काय, मानाचा भुकेला!"

तोपर्यंत आणखी दोघे तंबाखू मळत येतात. माझं लक्ष घड्याळाकडे. त्यांच्याही ते लक्षात येते. पण घड्याळाचे काटे सोईप्रमाणे फिरवण्यात पाडेकरी वाकबगार.

चौलचा पाडेकरी ही खरी तर दुर्मिळ जात. यांची पूर्वीची पिढी अशीच होती. फक्त लोकरीचा गोंडा असलेली डोक्यावरची टोपी हरवली. त्या जागी आता रंगीत रुमाल आलाय. मोठ्या पट्ट्याची खाकी हाफ पॅन्ट तीच. कमरेला दोरी, पाठीवर त्या दोरीत गुंफलेला लाकडी आकडा. त्याच्या भेगेतून **'औत'** म्हणजे चपटा, रुंद पात्याचा धारदार कोयता. त्यातच अडकवलेले दोरीच्या सुंभाचे **'पावंडे.'** बहुधा तुमच्या घरी आल्यानंतरच हातापासून कोपऱ्यापर्यंत दोरीचे वेढे गुंडाळून 'पावंडा' तयार करणार.

पावंड्याला पीळ देऊन इंग्रजीचा आठ आकडा देऊन पाडेकरी तो पायात अडकवतात आणि पहिली उडी नारळाच्या बुंध्यावर घेतात. ही पहिली झेपच गवसणी घालणारी. पुढच्या पाच मिनिटांतच कितीही उंच झाड असलं, तरी शेंडा गाठणारच. फार तर मधे एकदा अंदाज घेत दम खाणार. प्रत्येक चढाईला जीवन-

मरणाचा प्रश्न. अत्यंत सफाईदारपणे हाताची पकड कायम ठेवत हा पाडेकरी शेंडा गाठतो. माडाच्या बुंध्याला नमस्कार केल्याशिवाय त्याला पाय लावणार नाही. देवाचंच झाड ते. एका नजरेत त्या झाडाचा इतिहास-भूगोल अनुभवाने जाणून घेणार. कोणत्या पेंडीला हात घालायचा, ते आधीच ठरलेले असते. शेंड्यात गेल्यावर एका हाताने कमरेवर पाठीमागे अडकवलेला कोयता बाहेर काढणार, सप्‌कन पहिलाच घाव झापावर. त्या आधी सुकलेले, लोंबकाळणारे झाप आणि झिटे हाताने ओरबाडून काढणार. ओला झाप मुसंडी मारत सर्रकन खाली येतो. दोरीचा आकडा टाकून झापांवरून शहाळ्यांची पेंड अलगद खाली सोडली जाते. सुके नारळ मात्र वरूनच पेंड तोडून खाली ढकलले जातात. जमिनीवर येताच पेंड तुटून नारळ आजूबाजूला उसळी घेतात. त्यामुळे झाडाच्या आसपास कोणीही मुले फिरकणार नाहीत, याची काळजी घेतली जाते.

पहिला माड उतरवला की, शहाळे हमखास काढले जाते. एका घावातच त्याचा टवका उडवून ते पाणी पाडेकरी घटाघटा पिणार. त्याचा हक्क पहिला. मालकही नंतर. मालकांनी त्यात अपमान मानायचा नसतो, नाही तर पुढच्या पाड्याला पाडेकरी शोधावे लागतात. मग देवाचा नैवेद्य. चार-पाच जणांची टीम तासाभरात ५०-६० माड सहज पाडते. तोपर्यंत नाश्त्याचे फर्मान सुटते. वाडीचा माळी सायकल घेऊन नाका गाठतो. गरम भजी किंवा वडापावच्या पुड्या तयार होतात; नाही तर पोहे, शेव, चिवडा, कापलेला पांढरा कांदा, मिरची हा आवडता नाश्ता. त्याच्या सोबत चहा. शेठ बेताचा असेल, तर कोरा चहा चालतो. पूर्वी त्यासाठी पितळी पेले असायचे. आता स्टीलचे पेले, नाही तर कान फुटलेले कपही असतात. मग चहाबरोबर गप्पांचा फड रंगतो. एकमेकांच्या फिरक्या घेणे चालू होते. त्यातून शेठही सुटत नाही, की सरपंचही नाही.

पाडेकऱ्यांएवढी हुशार व हजरजबाबी जात अजून जन्माला यायची आहे. गप्पा कुठून कुठे पोहोचतील याचा नेम नाही. त्यामध्ये दुसऱ्याच्या घरात डोकावण्याचा त्यांचा जन्मसिद्ध हक्क. कोणाची पोर कोणाबरोबर पळणार, याची पहिली खबर पाडेकऱ्याला. बहुधा झाडाच्या शेंड्यावरून गावाच्या घरातील गोष्टी त्यांना दिसत असाव्यात! 'बर्डस आय व्ह्यू' हा शब्द त्यांच्या नजरेतून आला असावा. पाडा एकटणाऱ्या बायका ओळखीच्याच. मग सासवा-सुनांचे किस्से निघणार. विषयाला धरबंद नाही. तेवढ्यात एखाद्याला हुक्की आली, तर तो नजरेने नेमका नारळ शोधून काढणार. तो सोलून हातावरच नारळ फोडणार, पाण्याचा थेंबही वाया न जाता. शेंड्याकडच्या धरलेल्या कवटीत ते पाणी साचून राहणार. पुन्हा ते एका

घोटात प्यायचे. वाडीमालकाच्या परवानगीचा प्रश्नच नाही. कुशल हाताने त्या खोबऱ्याच्या त्रिकोणी कपट्या वाटल्या जाणार. वाडीत मोहाचा माड असेल, तर त्यावर पाडेकराचा पहिला हक्क. हिरवट सालीची सुकड तो नेमकी ओळखणार. नारळ उतरणार की उतरणार नाही, यावर पैजा लागणार.

मोहाचा नारळ एकाच फटक्यात फोडायचा— अर्थात पाणी सांडून जाणार. आत कवकवीत चकचकते खोबरे दिसले की, मंडळी खूश! एक गोल चिंटी कोयत्याने काढायची. तुकडा तोंडात पडताच नारळ उतरला की नाही, ते कळायचे. उतरला तर साखरेपेक्षा गोड, नाही तर बेचव. बरं, पेंडीतील सर्व नारळ उतरतील याचीही खात्री नाही.

तोपर्यंत पुड्यांच्या कागदाचे वाचन चालू, नाही तर शेठचा पेपर घेऊन बातम्या व विचारमंथन सुरू होणार. इंदिरा गांधींपासून अण्णा हजारेंपर्यंत आणि कसाबपासून गावचा भुरटा चोर असणाऱ्या 'हिरव्या काशा'पर्यंत कोणत्याही व्यक्तीबद्दल व विषयाबद्दल माहितीचा हुकमी खजिना पाडेकऱ्यांच्या खिशात तयार. बोलता-बोलता पानाची चंची निघणार, कापडाच्या जाड पिशवीची चंची दिमाखदारपणे उघडली जाणार. अगदी राजदूत महाराजांसमोर खलिता उघडतो— तशी. त्यातील तीन-चार पाने बाहेर निघणार.

ती पाने देठाकडून धरून मांडीवर आपटणार. त्यातून एक पिवळट पान बाजूला काढणार. सर्व हेवेदावे विसरून दुसऱ्या पाडेकऱ्याकडे चंची फिरणार. पॅन्टवर घासून पान साफ करायचे. मग उजव्या हाताच्या नखाने त्यांच्या शिरा काढायच्या. काताचा तुकडा, सुपारीचा खांड आणि गरजेप्रमाणे तंबाखू टाकून मस्तपैकी झिंग चढवणारी पानपट्टी डाव्या गालात चढवायची आणि सर्व अध्यात्मच पाडेकऱ्याच्या मुखी एकवटायचे.

पाडेकरी ही चौलची अस्मिता! कोकणात जिथे जिथे नारळ-सुपाऱ्यांच्या बागा आहेत, तिथल्या जीवनव्यवस्थेचा तो अविभाज्य घटक. आता मुले मोठी झाली. हात-पाय थरथरू लागले. एका दमात शेंडा गाठणारा जीव माडाचे झिट गाठताना दोन-दोन वेळा थांबू लागला. मुलांना इस्टेट एजन्सी खुणावते. जुन्या आठवणीत माडामागे एक निवडलेली सुकड मिळायची. ती चिक्कीवाल्याला विकून संसार चालायचा. नंतर भाववाढीबरोबर सुकडीची जोडी मिळू लागली, तरी हाता-तोंडाची मारामार. आता त्याऐवजी रोकडे पैसे द्यावे लागतात. किती दरवाढ केली, तरी खर्च 'आ' वासून उभे असतात. पोरीचं लग्न जवळ आलेले असते. म्हातारी अंथरुणाला खिळलेली असते. नवऱ्याला सोडून आलेल्या बहिणीची मुले

पडवीत पाय ठेवताच ''मामाऽ मामाऽऽ'' करीत बिलगतात. त्यांच्यासाठी निदान चण्याची पुडी, नाही तर नारळाची 'खपटी' लागतेच. आता त्यांचीही आवड-निवड बदलली. त्यांची पसंती आता 'लेज' नाही तर 'कुरकुरे'ला असते.

हात-पाय धुऊन कालवण-भात नाही तर आमटी-भात ढकलायचा. संध्याकाळी पुन्हा गावकीची बैठक, भजनाची बारी, कुणाकडे साखरपुडा, सत्यनारायण असे अर्धे-अधिक दिवस ठरलेलेच. मयत आडवे आले तर रात्रीचे जागरण, नाही तर दिवसाचा खाडा आहेच. काय कमवणार— कसे पुरवणार? नाक्यावरचा डॉक्टर सुई टोचली की, शंभर रुपये मागणार. पूर्वी बरं होतं. टांग्यातून डॉक्टर यायचा. तो बाटलीला कागद चिकटवायचा, विचित्र चवीचे औषध द्यायचा. झाडपाल्याचा काढा प्यायचा— दोन दिवसांत माणूस पुन्हा तरतरीत व्हायचा. आता दिवस फिरले. आठ-आठ दिवस गोळ्या घेऊनही मेंगाळल्यासारखेच वाटते. हाता-पायांवर सुरकुत्या दिसू लागतात. परिस्थिती थोडी सुधारली. पण, होतं नव्हतं तेवढं घराच्या डागडुजीत गेले. नाही म्हणायला घर सुधारले. ताडाची ताडकं जाऊन आणि झाप-झावळ्या जाऊन कौलं आली. वांदरं त्रास देतात, म्हणून उधारी घेऊन घरावर सिमेंटचे पत्रे टाकले.

पण आजही मातीच्या भिंती त्याच आहेत. गोविंदा झाला की, त्यावर चुन्यात नीळ टाकून रंग फासला जातो. आजही पोटमाळा तोच आहे. जिन्यावरून जाताना आधाराला लोंबकळती दोरी वर्षानुवर्षे तीच आहे. माळ्यावरचे वाडवडिलार्जित चिनीमातीचे चिंचेचे रांजणही तेच आहेत. दादरा बांधलेल्या लोणच्याच्या आणि मसाल्याच्या बरण्याही त्याच. नशीब— वाटपातून त्या सुटल्या! एकाच जोत्यावर भिंती-पलीकडचा भाग बापाच्या तेराव्याला बारक्या भावाला देऊन टाकला. थोडे वर्ष देव एकत्रित होते. चुली तेवढ्या वेगळ्या. चार-पाच वर्षांपूर्वी देवही वेगळा झाला. विहिरीच्या पलीकडची बारा झाडे बारक्या भावाला गेली. तो हुशार. त्याने पाडेकऱ्याचा वारसा नाही घेतला; विक्रम घेतली. सव्वा लाखाचे कर्ज फेडून घराला चकचकीत लादी बसवली.

पाडेकरी तसाच राहिला. राशीचे नारळ मोजताना ढेंगातून जोडी घेऊन मोजण्यासाठी फेकत होता. आकड्याची चूक होणे शक्यच नाही; फक्त डोक्यात मात्र कायम काहूर माजलेले. त्याला उतारा म्हणून कधी तरी मोसंबी-नारंगी. कोणत्या शेठने दिली, तर चपटी क्वार्टरसुद्धा. शेवटचे मटण गावटाकणीला खाल्लेले. आठवड्यातले तीन वार तर उपवासाचे. शुक्रवार बायकोचा बिन आमटाचा, संतोषीमातेचा. गुरुवारी स्वारींची बैठक. राहिला रविवार आणि बुधवार. त्यात

चतुर्थी, एकादशी आली की झालेच. गेल्या वर्षी काटकर आळीतला बाब्या लिव्हर खराब होऊन गेला, तेव्हापासून पाडेकरी आणखी खचला.

आमच्या चौलची ही कथा. बहुतांशी पाडेकऱ्यांची हीच कहाणी. त्यातूनच निपजलेला स्वभावातील चौकसपणा. प्रत्येक झाडागणिक मरणाला कवेत धरणारा बिनधास्तपणा अगतिकतेतून आलेला. झाडाच्या शेंड्यात जाऊन बसल्यावर जग हातात घेतल्याचा आनंद देणारा. निसर्गाचा हिरवा शालू सर्वांत जवळून पाहणारा. एखादा पाडेकरी पंचायतीत निवडून येतो. बारा-तेरा वर्षे सरपंचही राहतो. आपुलकीने सासवा-सुनांची भांडणे सोडवतो. पंचायत समिती सदस्यही होतो. तरीही थकेपर्यंत पावंडा सुटत नाही आणि इच्छा असूनही पडवीला लादी बसत नाही.

गाववाल्यांचा पाडेकरी हा खास खबऱ्या. जगाची चिंता करणारा, वाकटीच्या कालवणासोबतही पोटभर जेवणारा. शेजारच्या वाडीत राज्यपाल आले, तरी ढुंकूनसुद्धा न बघणारा; पण भजनाच्या बारीत तल्लीन होऊन डुलणारा, उद्याच्या चिंतेसाठी आजचा दिवस न नासवणारा.

मी त्या पाठमोऱ्या चाललेल्या पाडेकऱ्यांकडे एकटक पाहत राहिलो. गल्लीच्या टोकापर्यंत पाडेकरी हातात सायकल, कॅरियरला नारळाची जोडी, मधल्या दांड्यावरही सुकडीची जोडी, हॅण्डलवर लांबलचक बांबू, त्याच्या टोकाला कोयती बांधलेली, पायांत अंगठा तुटलेली चप्पल, खांद्यावर शर्ट टाकून चाललेली सावळी मूर्ती लहान होताना दिसत होती.

पाडेकरी मात्र त्यांच्याच तालात पुढच्या वाडीकडे निघाले होते—
न संपणाऱ्या काबाडकष्टासाठी, ठाऊक नसलेल्या भविष्यासाठी...

◻◻

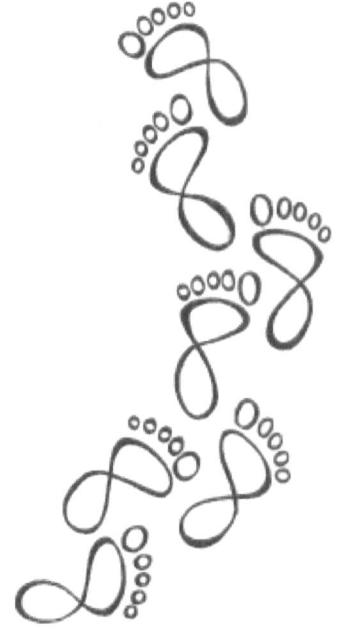

७. लक्ष्मीची पावले....

"विलास, तू लकी आहेस...."

साधारण एका तपापूर्वी एक वकीलमित्र मला समजावत होता. मला दुसरीसुद्धा मुलगीच झाल्याचे त्याला कळले होते.

माझा मूड गेला असेल, अशी त्याची त्यानेच समजूत करून घेतली होती.

"का रे, काय झाले ?" — मी.

"काय सांगू?"

हे महाशय 'बुवा'. त्यांना भजनाची आवड. त्यांचे तत्त्वज्ञान वेगळे. चौथे वाक्य नीट ऐकले, तरच पहिल्या वाक्याचा अर्थ कळतो— असे अगम्य आणि अतर्क्य बोलण्यात पटाईत. दोन सलग वाक्ये, दोन विषयांशी संबंधित. त्यामुळे तो नेमक्या कोणत्या विषयावर बोलतोय, हे समजायला आधी वकीलसाहेबांचा अंदाज घ्यावा लागतो.

"अरे, आमच्या पठ्ठ्याला शेतावरून बाप दमून आलाय, हे दिसत असते. मी पाणी मागितले, तर 'घ्या तुम्ही पाहिजे तर' असे बोलून निघून जातो."

"ठीक आहे रे, खेळायचे दिवस आहेत त्यांचे." मी समजावले.

"साला वाडगाभर मटण खाईल, पण ताट नाही उचलणार!"

"होय का?"

"तूच बघ— मुलगी घरात आल्यावर न बोलता पाणी हातात आणून देईल." आत्ता कुठे मला त्याचे दुःख कळत होते! तो त्याच्या अनुभवावरून माझी समजूत घालत होता. अंदाजाने बोललो, "तसं नसतं रे-"

"हे बघ, मनाला वाईट वाटून घेऊ नकोस. मी माझ्या पोरीशी बोलायला येणारच आहे. नशिबात असतं, तेच होतं. आणि पोरी काय, लक्ष्मीच असतात. निदान म्हातारपणी विचारतील तरी!"

अरे बापरे! म्हणजे यांनी एकदम सिरिअसली घेतलं होतं तर! त्याला समजवण्यात अर्थ नव्हता. आणखी प्रवचन ऐकण्यापेक्षा मी 'हो, हो' करत त्याला थांबवले. आम्ही स्वतःला शहाणे समजणाऱ्या उच्चभ्रू समाजातले; पण तरीही मुलगी झाली ही बातमी समजल्यावर अशा सांत्वनाच्या सुरात आळवणी करतो. खरं तर, दुसरी मुलगी होणार, ही बातमी आमच्यापासून लपून राहिली नव्हती आणि काहीही असले तरी पुढे मजल मारायची नाही, असे आमचे ठरलेच होते. पत्नीचा निग्रह कायम होता. त्यामुळे फॅमिली प्लॅनिंगचा प्रसार करणाऱ्या नातेवाईक बाई खूश होत्या. त्यांना इन्सेन्टिव्हमध्ये रस होता.

आज बारा वर्षांनी मात्र त्याचेच शब्द खरे ठरले. त्याचे अनुभव वास्तववादी होते. आजही मुंबईहून यायला उशीर होतोय म्हटल्यावर मोबाईल स्वस्थ बसून देत नाही. मुलींकडून 'कधी येताय?' याची चौकशी होते. केवळ खानदानाला वारस म्हणून मुलगा पाहिजे, असा दुराग्रह न धरल्याचा अभिमान वाटतो. सर्वांच्याच नशिबी मात्र हे नसते, म्हणून तर स्त्रीभ्रूण हत्येचे विषय ऐरणीवर येतात.

ज्याला मुली नसतात, ते दुःखी होतात असे नाही; पण ते सुखीच असतात, असेही नाही. शिवाय, ह्या सर्व सापेक्ष भावना असतात— नुसते मनाचे खेळ. मला अजूनही माझ्या स्वप्नातला सुखी संसार किंवा सुखी माणूस पाहायला मिळालेला नाही. सर्वांना एकाच वेळी सर्व काही मिळते, असे नाही. ज्याला ते मिळाले असे आपल्याला वाटते, ते तरी कोठे खूश असतात? त्यांच्या जीवनात डोकावल्यावर त्यांचेही रडगाणे चालूच असते. आमच्या ओळखीचे एक डॉक्टर आहेत. समाजात त्यांना खूप मानही आहे. लांब तालुक्याच्या ठिकाणी त्यांचा

व्यवसाय बहरला आहे. त्यांना फक्त एकच मुलगी आहे. डॉक्टर सोडले, तर आख्ख्या घरात सर्व बायकाच. म्हणजे डॉक्टरांना भाऊ, काका नाही. चुलत काकांनासुद्धा मुलीच आहेत.

गेली अनेक वर्षे त्यांच्या क्लिनिकमध्ये सोनोग्राफी चालते. कितीही तत्त्वाच्या गोष्टी केल्या, तरी पालकांपासून बातमी लपवलीच जात असेल, याची खात्री कोण देणार? गावातून येणारी, डोंगर-कपारीतील शेतकरी किंवा मजूर कुटुंब— सर्व जण 'मुलगी झाली हो' या पथनाट्यानुसार वागू शकत नाहीत. काही जण अघोरी उपायांकडे वळले तर डॉक्टर कोणाकोणाला म्हणून थांबवणार?

गावामध्ये सुनेने वंशाचा दिवा दिला नाही म्हणून जो तिरस्कार सासवांच्या डोळ्यांत दिसतो, तोच तिरस्कार किटी पार्टीला जाणाऱ्या शहरातल्या बायकांमध्येही अनेक वेळा दिसतो. 'कुऱ्हाडीचा दांडा, गोतास काळ' हे शब्द या बुद्धी गहाण ठेवलेल्या बायका प्रत्यक्षात उतरवत असतात. तरीही आपण सुधारतोय; हळूहळू का होईना, आपली दृष्टी बदलते. या प्रश्नाकडे सामाजिक चळवळींचे लक्ष गेले आहे. अनेक जण या प्रश्नावर वैयक्तिकपणे आणि संघटितपणे काम करीत आहेत. संसारसुख मानण्यात नसते का? खरं तर, तुम्हाला कुठे माहीत असते— आपला काळ केव्हा येणार ते? जे काही संचित करायचे, ते चांगल्या उद्यासाठी. बरं, मुले सांभाळ करतील, हा फक्त आशावाद. त्याच्या मागे लागून जीवन दुःखी करून घेणारे किती तरी विचारी पुरुष आपल्याला दिसतात, मुलगा अमेरिकेत, मुलगी ऑस्ट्रेलियात हा खेळ चाललेला असतोच!

आणि समजा मुलगा सदाशिव पेठेत आणि मुलगी बाणेरला आहे, म्हणून ते का नेहमी भेटतात थोडेच? माझ्या पाहण्यात मुलगा आणि मुलगी दोन्ही एकाच शहरात असतानाही एक आजोबा, वृद्धाश्रमाच्या गोष्टी करताना मी पाहिलेत. मुलगा असला तरी आपल्याला सांभाळेल, ही भाबडी आशा करणे चुकीचे. सुज्ञपणे स्वतःची योग्य व परिपूर्ण आर्थिक सोय करून ठेवणे, मेडिक्लेम तयार ठेवणे आणि शेवटी आपल्याला दुसऱ्याच्या मेहरबानीने जगायला लागू नये यासाठी उत्तम आरोग्य राखणे हे तर करणे अशक्य नाही आणि हो— उद्याची फार काळजी करण्यापेक्षा सावधपणे बेसावध राहण्याची जी मजा आहे ना, ती पण उपभोगायला काय हरकत आहे? आपल्याला पाहिजे ते होत नाही, म्हणून तर आपण नियती नावाचा बागुलबुवा उभा केलाय. नियती घडवणारा नियंता आपण मानतो, खरे आहे ना? तेव्हा आजचा दिवस साजरा करू या. सावधपणे उद्यासाठी दाणापाणी साठवू या. घरट्यात पिलं असतात, ती उद्या उडणार आहेत. त्यांना

पंखांत बळ येईपर्यंत आपण त्यांना जपायचे असते. त्यांच्यासाठी उबदार आसरा द्या. 'लक्ष्मीची पावले' आपल्या उंबरठ्यापर्यंत आलेलीच असतात; फक्त आपण त्यांचे स्वागत कसे करतो, हे महत्त्वाचे असते. तुमच्या स्वागताने ती प्रसन्न होतात, समृद्धी आणतात, शांती बहाल करतात; आणखी काय पाहिजे?

❏❏

८. सुशाकाकू

एक स्थूल व्यक्ती माझ्याकडे पाहत होती. आमची पहिली भेट झाली, त्याला आता वीस-पंचवीस वर्षे झाली असतील. ही आमची सुशाकाकू. अखंड बडबड, प्रेमाचा धबधबा.

सुशाकाकू सासवण्याची, एका मोठ्या इस्टेटीची मालक, एका सांस्कृतिक ठेव्याची वारसदार. हातात 'बाबा' तंबाखूचा डबा. दर अर्ध्या तासानं त्यातला मावा दाढेखाली सरकवणार. कुणीही येवो— सुरुवात अरे-तुरेनीच होणार. वरती उत्तर तयार— ''मला मेल्या म्हातारीला सर्वच पोरासारखे. मी कशाला त्याला अहो-जाहो करून मान देऊ?''

सुशाकाकू एका मोठ्या साम्राज्याची मालकीण. नवरा भारतीय सैन्यदलात उच्चपदस्थ अधिकारी. सासरा नावाजलेला शिल्पकार. भारताने त्यांना डोक्यावर घेतलेलं. आमच्या पाचवीच्या पुस्तकात त्यांचा धडा— ते शिल्पकार कसे झाले,

त्याचा. अलिबागचे नाव वाचल्यावर सर्वांना ते आमचे गावचे आहेत, हे मी सांगायचो. पुढे तीस वर्षांनी त्याच घरात माझा शिरकाव झाला. मी सुशाकाकूचा आवडता होऊन गेलो. आजही कधी तरी जातो. त्या शिल्पांवरून हात फिरवतो. सुशाकाकू हक्काने कॉफी पाजते, गप्पा रंगतात. वेळ कसा जातो, ते समजतच नाही.

सासवण्याच्या सुशाकाकूच्या दारात एक कुत्रा अगदी तुम्हाला दचकवून सोडणारा— पण तेही शिल्प. म्हैस अगदी हुबेहूब. हात लावून पाहिले, तरी कान हलवतेय असा, उगाचच भास होणारी. तिच्या बाजूला लंगोट लावलेला गुराखी, खांद्यावर आडवी काठी टाकून मस्त शीळ घालणारा... तुम्ही लगेच दुसऱ्याच दुनियेत जाता. हा चमत्कार त्या जादूई बोटांचा. करमरकरांची ती करामत. पण सून म्हणून तो वारसा जपणे सोपे नव्हते.

सुशाकाकूचं आयुष्य 'हाय फाय' सोसायटीत गेलेलं. त्यामुळे हाय प्रोफाईल माणसांचा दिल्ली व कलकत्ता येथे राबता. अगदी इंदिरा गांधींपासून मदर तेरेसांपर्यंत सर्वांबरोबर गप्पा मारलेल्या. उत्तम इंग्रजी आणि गरिबातल्या गरिबासोबतसुद्धा नांदायची तयारी. त्यामुळे गावचा रस्ता पकडल्यावर त्यांनी कधी मागे वळून पाहिले नाही. मुलगा, सून अमेरिकेत. आजी इकडे निर्जीव आठवणींच्या भांडवलावर जगतेय. आज अलिबागला येणारा पर्यटक किहीम समुद्राकडे वळल्यावर करमरकर शिल्पालयाला भेट देतोच. काकूही नटून-थटून शाळा-कॉलेजच्या मुलामुलींना माहिती द्यायला तयार असतात. पर्यटकांच्या राबत्यामुळे एकांताचा प्रश्नच सुटला. गड्यांनाही हालचाल करायला वाव मिळाला आणि गप्पांची हौसही भागवता आली.

मिस्टर असेपर्यंत खूप साथ होती. तेही कलाकार. घरामागच्या केळीचे बन असे काय रंगवले होते की, जेवणाच्या टेबलवर बसणाऱ्या पाहुण्याला बोटे तोंडात घालावी लागत.

जिन्यात एक तरुण कोळीण होती. हातात बोईट आणि कमरेवर मासळीची पाटी घेतलेली. ते सुरेख शिल्प खूप वर्षांपूर्वीचे. त्याला अनेक मानसन्मान मिळाले. ती कोळीणही बरीच वर्षे होती. पहिला मजला तर प्रदर्शनासाठीच राखून ठेवलेला. भूतकाळात नेणारा. छानपैकी प्रतिकृती मांडून ठेवलेल्या. करमरकर घराण्याचा इतिहास त्यातून नजरेत भरायचा. एकेका राष्ट्रपुरुषाचा इतिहासच त्या कलेतून बोलका झालेला.

सैनिकाची, सेनानीची बायको म्हणून काकू कुठेच कमी नव्हती. रात्री

उशिरा काकांच्या छातीत दुखू लागले. रात्री काकांना गाडीत घालून या बाईने स्वत: गाडी चालवून हॉस्पिटलला दाखल केले. मला निरोप आला. मी धावाधाव केली. डॉक्टरांनी शिकस्त केली. पण माझ्यासमोरच काकांनी मान टाकली. मी प्रथमच कुणाचाही मृत्यू इतक्या जवळून पाहत होतो. मला घाम फुटला. पण बाई धीराची. तिने स्वत:ला सावरले. त्या कठीण प्रसंगी सुशाकाकूंनी सर्व परिस्थिती हाताळली. लढाऊ वृत्ती तिच्या रक्तातच होती.

गेली वीसएक वर्षे काकू परिस्थितीशी झुंजतेय. पैशाने सर्वच प्रश्न सुटत नसतात. संपत्ती, नोकरचाकर, गाडी, माडी— सर्व काही आहे. पण तरीही नातवंडे जवळ नाहीत. काकू त्यांच्या आठवणींनी गहिवरतात. पाण्यात पोहणाऱ्या माशांचे अश्रू कसे दिसणार? काकू नोकर-चाकरांच्या सेवेत दिवस घालवतात. त्यांच्या सुनेच्या बाळंतपणात रमतात. खूप वाचतात, खूप बोलतात. पण तरीही इतिहासात हरवतात. संध्याकाळ खायला उठते. वैभव आठवते. गर्दीत दिवस जातो. शाळेच्या सहली उरकता-उरकता संध्याकाळ होते. पण रात्रीचा काळोख त्यांचा शत्रू ठरतो. माणसाने सर्वांवर विजय मिळवला, सर्व रोगांवर औषधे काढली; पण मन...त्याचा ठावठिकाणा कुणी शोधू शकला नाही.

कधी तरी सुशाकाकू येते. आम्ही त्यांच्या पाया पडतो, बोलण्यात अरे तुरेच असते. अलिबागला त्या दवाखान्यासाठी नाही तर खास खरेदी असेल, तरच येतात. सर्वच डॉक्टर त्यांच्या प्रेमात. स्वभावामुळे आणि पुण्याईमुळे काकूला कुठेही अटकाव नसतो. काकूही सरळ मनात शिरणाऱ्या. खरं-खरं सांगून टाकणार. मुलांचं कौतुक करणार. त्यांच्याशी त्यांच्याच भाषेत बोलणार, खेळणार. मुक्यालाही बोलके करणार.

कोण बोलते समाजात दीपस्तंभ नाहीत? सुशाकाकूंसारखे आहेतच की! त्यांना कुठल्या पुरस्काराची गरजच काय? हात न पसरता आणि अगतिक न होता सुशाकाकू वावरतेय. पैसा आहे, तरीही गरिबांसोबत मायेने वागते. शिक्षण आहे, तरी घमेंडी नाही. आजारांचे भांडवल नाही आणि व्यसनांची भीडभाडसुद्धा नाही. जीवन कसे जगायचे, ते शिकवणारी सुशाकाकू आज स्वत:च एक चालताबोलता इतिहास झालीय...

संग्रहालय झालीय...

माणसाला हसताना पाहण्यासारखं सुख नाही. पण त्यापेक्षा दुसऱ्याचे हसू पाहून स्वत:चे मन सुखी ठेवणाराच हा जीवनरथ योग्य मार्गाने ओढू शकतो. सुशाकाकू अशीच दुसऱ्याच्या आनंदात सुख शोधणारी कलंदर बाई.

सुशाकाकूला ओरडताना तुम्ही पाहाल, पण दुसऱ्याच क्षणी गहिवरून माफी मागतानाही तुम्ही अनुभवाल. गड्याचा मुलगा दहावी झाला— तर तो पहिला काकूकडे धावत येणार, तिची समाधी तोडणार. काकूला बिलगणार. सोवळं कसलं? ती पेशवाई काकींनी केव्हाच सोडलीय. काकूसुद्धा पोराला गोडधोड देणार, बक्षीस हातावर टेकणार. चार हत्तींचं बळ देणार. कोरडे आशीर्वाद देणारे बरेच असतात. पाठीवरून मायेने हात फिरवणारेही कमी नसतात. पण वेळ येईल तेव्हा पर्समध्ये हात घालायला धर्माचे औदार्य लागते आणि समोरच्यावर विश्वास टाकायला धैर्यही लागते. औदार्य आणि धैर्य काकूच्या हातात हात घालून बागडतात. लोकांना व्यवहारी वाटणारी, फार अलिप्त वाटणारी काकू म्हणजे सोनटक्क्याची बहार! मंद सुगंध पसरवणारी संध्याकाळ!

तुम्ही जितके जवळ जाल, तेवढे त्या मंद उजेडात स्वत:च प्रकाशमान व्हाल. आता सुशाकाकू उरलेलं आयुष्य आनंदात घालवते. दुसऱ्यांच्या अंगणात फुलबाग फुलवते. रात्र झाली की मंदावते. जुने अल्बम काढते. फोटोंवरून मायेने हात फिरवते. इंटरनेट चालू करते. नातीशी बोलते. स्वत:चंच समाधान करून घेते...

शेवटी सांजवात प्रत्येकाला खुणावत असतेच,
क्षितिज जवळ भासते..
पैलतीर दिसायला लागतो....

□□

९. सिंधूताई

　　मुंबईतल्या श्रीमंत मराठी वर्गाची ती प्रतिनिधी. अर्धवट आधुनिक विचारांची स्लीव्हलेस नारी. खांद्यापर्यंत केस कापलेले. अंगावर साडी किमतीचा टॅग नसला तरी हजारात असेल, याची खात्री पटवून देणारी. 'स्टेटस'ला माणसापेक्षा जपणारी. नावातच विरोधाभास असणारी आणि त्याही पलीकडे वागण्यात व खऱ्या स्वभावात कमालीचे अंतर असणारी आमची सिंधूताई.

　　सिंधू म्हटल्यावर दयेचा सागर, सरिता— अशा जुन्या नाटकातल्या कविकल्पना अजिबात मनात आणायच्या नाहीत; त्यापेक्षा 'मी—माझा' विषय डोक्यात ठेवायचा, म्हणजे सिंधूताई नावाचे कोडे सुटायला मदत होईल.

　　''कशाला करतोस एवढं सगळं? मस्त जगायचं.''

　　''नाही गं, बरे वाटते.''

　　''कसले बरे वाटते? फुकट लष्कराच्या भाकऱ्या!''

''मी सुधीरला पण बजावते, (सुधीर म्हणजे ताईची टिकली) काय समाजसेवा-फमाजसेवा करायची ती घराबाहेर; घरात आलास की सर्व बंद. फुकटचे चोचले मला नाही जमणार, च्या आयला! आपण मरमर मरायचे आणि यांच्या बोडक्यावर घालायचे!'

''तुला सांगून ठेवते, तू पण हे थांबव.''

साधारण तोंड-ओळख ही अशी.

एक घाव-दोन तुकडे.

जीभ एकदम पातळ.

समाजापासून अंतर ठेवणारी सिंधूताई...

समाजाचे राहू दे, भावांनाही खणखणीत नोटीस देणारी.

पण मन एकदम वेगळे.

क्षणात तुम्हाला जिंकून घेणारी.

बंगल्यात गेल्यावर स्वत: मच्छी, मटण आग्रहाने बनवून वाढणारी.

तुमच्या बैठकीत बसणारी...

प्रेमाने आलिंगन देणारी...

फटकळ...

तुमच्या चुका ताड्कन तुमच्या समोर मांडणारी —

श्रीमंतीचा गर्व असणारी-

नवऱ्याच्या यशाचे कौतुक असणारी-

पण नोकरांवरसुद्धा पोराप्रमाणे माया करणारी—

दुपारी किटी पार्टी करणारी-

पण रविवारी पाहुण्यांना बोलावून वाढणारी-

सुनेला उपदेशांचे डोस पाजून बेजार करणारी-

पण नातीचे सोपस्कार न थकता पार पाडणारी...

जावयाचे जावईलाड पुरवणारी.

पण त्यांच्या तोंडावर घराण्याचाही पंचनामा करणारी.

—ही अशी सिंधूताई अपघातानेच माझ्या संपर्कात आली.

पहिल्या भेटीतच मी धसका घेतला.

अशा व्यक्तीचा नवरा तुमच्या डोळ्यांसमोर जसा असेल,

अगदी तसाच—

साधा, भोळा-भाबडा, अध्यात्मवादी, अलिप्त.

घरात पूर्णपणे मातृसत्ता.

नवरा फक्त पैसे कमावण्यासाठी बनवलेले यंत्र!

पण खूप विचारी, आदर्श. अध्यात्माचा, योगाचा पुरस्कर्ता.

माझे एक नातेवाईक होते.

मी वकिलीत स्थिरावलो हें तो.

त्यांना मी लग्न करून बायकोला पोसू शकेन, अशी खात्री झालेली.

आधी त्यांनी त्यांच्या पुतणीचे स्थळ आणले.

पण मला नाकापेक्षा मोती जड नको होता.

माणूस माझा खरा हितचिंतक. आतून-बाहेरून सभ्य, मितभाषी.

तो पुन्हा आला.

या वेळी आणखी एक 'स्थळ.'

रविवार ठरला.

घरी स्वागत करण्यापेक्षा दुपारी हॉटेलमध्ये एकत्र जेवणाचा प्रोग्राम ठरला.

मी एकटाच...

घरी काही आधी सांगण्याच प्रश्नच नव्हता.

मी ठरल्या वेळी हॉटेलवर पोहचलो.

गाडीतून मंडळी उतरली.

इकडची-तिकडची बोलणी झाली.

मुलगी कुठे दिसेना.

माझी चुळबुळ वाढली.

थोड्या वेळाने ही बया आली.

सोबत साडीत अवघडलेली 'ती'.

मला आता चेहराही आठवत नाही.

माझी नजर पायांकडे गेली.

चकचकीत नेल पॉलिश होते. मला माझ्या घरची परिस्थिती आठवली.

निर्णय पक्का झाला...

घाईघाईत जेवण आटोपले

बाहेर आलो. पुन्हा तोच निष्कर्ष—

'नाकापेक्षा मोती जड!'— नको.

चक्क नाही सांगितले. सौम्यपणे माफी मागितली.

ती सोबतची बाई 'ठीक आहे' म्हणाली.

ते हाय-फाय वागणे मला परवडणारे नव्हते.

म्हणजे मी आधुनिक नव्हतो असे नाही, पण माझ्या घरचे साधे होते.

लग्न केवळ मला करायचे नव्हते; घरात सूनही आणायची होती.

तिच्यावर आयुष्यभर निदान आई-वडिलांची जबाबदारी टाकायची होती. त्यात मी तडजोड करायला तयार नव्हतो.

थोड्या वेळाने ती स्लिव्हलेस अघळपघळ बाई जवळ आली.

दोन्ही दंड पकडले.

मला उभ्या-उभ्या घाम फुटला.

मी तर काहीच केले नव्हते.

''वकीलसाहेब, मला तुम्ही आवडलात...'' म्हणाली.

''ही माझी भाची होती. ही नाही तर मी दुसरी दाखवेन!''

मी तर धसकाच घेतला.

''वकीलसाहेब, आजपासून आपले जमले!'' म्हणाली.

सोबत तिचा स्थितप्रज्ञ नवरा होता. त्यांनी फक्त हात जोडले.

मी नमस्कार केला.

जाताना 'पुढच्या रविवारी येते' म्हणाली.

मी 'सुटलो एकदाचा' बोलत घरी पळालो.

खरंच रविवारी ती आली.

सरळ 'अरे-तुरे' करू लागली-

''स्थळ नाकारलेस म्हणून काय झाले? आपली दोस्ती होणार!'' म्हणाली.

बापरे! पुढे काय वाढून ठेवलेय?

माझीच मला काळजी वाटू लागली.

आज वीस वर्षे झाली.

सिंधूताईच्या घरातले पान माझ्याशिवाय हलत नाही. मुला-मुलींच्या लग्नात मामा म्हणून सर्व मान मी घेतला.

तिचे भाऊ करोडपती असूनही मी मानात होतो.

माझ्या घरच्या साध्या सत्यनारायणालाही ती लागतेच.

सिंधूताई समजायला तुम्हाला खडे बोल ऐकायची तयारी पाहिजे. जगात अशी माणसे भेटणे नशिबात असावे लागते. त्यासाठी नारळी पौर्णिमा आणि भाऊबीजेची वाट पाहावी लागत नाही. सिंधूताई म्हणजे अवखळ धबधबा— अखंड गप्पांचा. त्याला मोठेपणाची आदब आहे, पण मायेचा सुगंधही आहे—

सुरंगीच्या गजऱ्यासारखा. सुगंध पण आहे आणि त्या गंधाला गर्वाचा दर्पही आहे. रंग मोहक आहे, तो साधेपणाचं; पण त्याला शाप आहे तो शीघ्रकोपीपणाचा. निर्मळता आहे ती मनाची, पण तिला कोंदण लाभलेय ते भोळेपणाने फाड्कन मतप्रदर्शन करण्याचे. त्यामुळे काहींच्या लेखी सिंधूताई म्हणजे अवघड जागेचे दुखणे!

माणसावरून जीव ओवाळून टाकणे म्हणजे काय, ते सिंधूताईंनी दाखविले. ते मॅनर्स-बिनर्स गेले तेल लावत!

दोन फटकळ माणसे एकत्र आली की काय होते, ते आमच्या जोडीने अनेकांना दाखवून दिले.

सर्वांची सिंधूताई अडचणीत असली की, फक्त माझ्याकडे मन मोकळे करते.

बरं, कधी पारा चढेल— याचा नेम नाही.

तिचे स्वत:चे नियम, आचारसंहिता असते. वेळोवेळी त्यात दुरुस्ती होते. ती तुमच्या गळी उतरवते.

भांडण नको, म्हणून मुलालाही वेगळे राहायचा चोख सल्ला देणारी..

सिंधूताईचा बंगला पाच वर्षे चालला होता.

पंचक्रोशीत असा बंगला होणे नाही, हीच तिची इच्छा.

दगड घडवणारे पार कर्नाटकाहून आलेले.

बंगला कसला, किल्लाच बांधला!

वास्तुशास्त्राप्रमाणे.

त्याला भावनेचा ओलावा आहे, प्रेमाचा पाया आहे.

दर रविवारी कामगारांना मटणाचे जेवण.

कामगार गावचीच पोरे. त्यांना घरची वागणूक.

'बंगला बने न्यारा' पुरा झाला.

घरातच देऊळ बांधले.

नेहमी पूजा-अर्चा, नैवेद्य, परिगठ सुरू झाले.

स्थानिक पुरोहितांकडून पूजा होत आहे.

वर्षामागून वर्षे जात आहेत.

उद्योग व्यवसाय बहरत आहे, मुले मोठी होत आहेत. एकाच छताखाली लक्ष्मी, अध्यात्म आणि आधुनिक विचारसरणी न थकता नांदत आहे.

घरात उपनिषदे, आर्या पठण होत असते. माझे हक्काचे दुसरे घर आहे ते.

उगाच भक्तीचे अवडंबर न माजवता, पैशाचा चंगळवादही उपभोगता येतो.

गच्चीतून समुद्र दिसतो.

पाऊस जवळ आला की, लाटा अगदी कानावर आदळतात. ती गाज वेळ काळ विसरायला लावते.

झोपले की खिडकीतून फुललेला सोनचाफा डोकावतो. मी स्वत: लावलेला खायच्या पानाचा वेल आता चांगलाच फोफावला आहे.

येईल जाईल त्याला पानंही मिळतात. माझी जाहिरात तोंड फाटेस्तोवर होते.

मी केलेल्या कामाचे प्रचंड कौतुक तिला असायचे.

म्हणजे आजही आहे.

आणि उद्याही राहील...

काही नाती असतातच अशी-

त्यांना सीमारेषा नसतात.

भावबंध जुळतात.

त्यात हिशोब नसतो.

रक्तापेक्षा ती घट्ट होतात.

कारण गुंफणारा धागा

विश्वासाचा असतो.

त्याला व्यवहाराची शिवण नसते.

नाते-

शब्दापलीकडचे!

नाते-

आपुलकीचे...

□□

१०. तपस्वी — तात्या कर्वे

''वकीलसाहेबाऽऽ आहेस का रे घरात?''

मी अंगणात धावलो. येस्कट॒त कर्वेमास्तर उभे!

संघाची काळी टोपी, खांद्यावर बक्कल असलेला पांढरा बुशशर्ट स्वच्छ धुतलेला, खाकी हाफ पॅन्ट, काखेला शबनम, हातात वेताची काठी...प्रसन्न वामन मूर्ती.

तात्या आहेत तसेच आहेत. आज वय वर्षे पंच्याऐंशी. गेली वीस वर्षे पाहतोय. वणवण तीच. प्रत्येक वेळी नवा विषय, नवी कल्पना, नवी ऊर्मी.

तात्या कर्वे हे प्रकरणच निराळे.

तात्या स्वातंत्र्यसैनिक, पण यादीत नाव नसलेले. संघाचे पाईक. एका निष्ठेने आयुष्य वेचणारे. जगात वाईट काय आहे ते न शोधणारे, त्यावर अवाक्षरही न बोलणारे. सात्त्विक, सरळमार्गी. या जगात न रुळणारे. खरे तर जमीनदार. या

वयात अगदी तंगड्या पसरून आरामखुर्चीत जप करीत बसले, तरी पुढच्या दोन पिढ्या सुखात राहतील एवढी माया. शेती-वाडी भरपूर. मुले स्वतंत्र व्यावसायिक, जावई सुखात; तरीही तात्यांची वणवण थांबत नाही.

हा तपस्वी माणूस कधी शाळा चालवतो, कधी आदिवासी पाड्यात धावतो.

तात्यांनी एक वसा घेतला. दगडांच्या खाणकामगारांची मुले घडवण्याचा. कर्नाटकी मुले. घरात दारिद्र्य, बाप दारूड्या, आई अडाणी. दोघेही दगडफोडीला जाणारी. मुले क्वारीतच वाढणारी. समोर फक्त अंधारलेले दिवस, झोपडीत वावरणारी भयाण भीती. त्यातून तात्यांनी मुलांना बाहेर काढले. जवळच एक शाळा उघडली. गावाच्या मुलांच्या मांडीला मांडी लावून या पाखरांना बसवले. त्यांना पाटी-पेन्सिल दिली. तात्यांनी त्यांना केवळ 'ग-म-भ-न' शिकवले नाही, तर पहिल्या दिवसापासूनच संस्कृतचे पाठ दिले. त्यांत सर्व जाती-धर्माची मुले होती. मुस्लिम मुले होती. रोजा सोडताना ती श्रीसूक्ताचे पारायण करायची. मुलांना घेऊन तात्या गावोगाव फिरायचे. मुलींना सत्यनारायण सांगायला लावायचे. कुणाकडे पूजा असली; तर तात्या मुलांना स्तोत्रे, आरत्या खणखणीत आवाजात म्हणायला लावायचे.

तात्यांनी अशी शेकडो-हजारो मुले शाळांतून तयार केली. ऐंशी वर्षांचा हा तरुण त्यासाठी गावोगाव फिरायचा. शाळेचा एखादा तास वाढवून मागायचा. मुलांना घडवायचा. तात्या खरे 'विश्वकर्मा!'

वाराणशीला तात्यांनी मुलींना नेले. तेथे ब्रह्मविद्येची परीक्षा दिली. मुले उत्तीर्ण झाली. पीठाधिकाऱ्यांनी शाबासकी दिली. मंत्रपठण करणारे पुरोहित म्हणून दाखले दिले. त्यांत सर्व जाती-धर्माच्या मुली होत्या.

तात्या कधी शासकीय अनुदानाच्या मागे नाही लागले. त्यांना कुणी राष्ट्रीय पुरस्कारासाठी नामांकनही देणार नाही. अशा ठरवून मिळविलेल्या कोणत्याही पुरस्काराच्या पलीकडे तात्या केव्हाच गेलेत. त्यांच्या मुली आदिवासी असून छान संस्कृत बोलतात. नवऱ्याला शिकवतात. मुलांना सुसंस्कृत बनवतात. काही मुली लग्नानंतरही पौरोहित्य करतात. जी मुले काहीच करत नाहीत, ती निरामय जीवन जगतात. त्यांना निराशा आल्यावर दारूचा ग्लास आठवत नाही, तर गीतेतली वचने आठवतात. ती मुले अंतर्बाह्य शुद्ध झालीत. तात्यांनी कोणताही पंथ तयार केला नाही, अनुयायीसुद्धा बनवले नाहीत. स्वतःचा जन्मदिन साजरा केला नाही. पण स्वतःच्या जागेत गुरुकुल मात्र तयार केले. स्वतः वसतिगृहे बांधली, निवासी शाळा उभारली. मुलांना न्हाऊ-जेवू घातले.

त्यासाठी तात्यांनी कधी कुणापुढे हात पसरला नाही, मंत्र्यांपुढे लाचार झाले नाहीत. पेपरात फोटो छापून आणला नाही. तात्यांनी हे सर्व व्रत म्हणून सांभाळले. पत्नीवियोगानंतरही हा तपस्वी खचला नाही.

गुरू पौर्णिमेला आम्ही तात्यांना बोलवून घेतले. त्यांची आपुलकीने पूजा केली, सन्मान केला. तात्यांनी खणखणीत स्वरात आशीर्वाद दिला. अगदी प्रेमाने गप्पा मारल्या.

तात्यांसारखे तपस्वीच खरे नागरिक घडवत असतात. कोणत्या ना कोणत्या रूपात ते अवती-भोवतीच असतात. स्पर्धेच्या नशेत आपल्याला ते दिसत नाहीत, इतकेच. आपण मात्र पळत्याच्या मागे धावत असतो. अध्यात्म समजण्यासाठी कॅसेट ऐकतो. बैठकीत बसतो. टिळे लावतो. जे समाजाला प्रबोधित करतात, ते सर्वच चांगले प्रबोधनकार. पण प्रबोधनाचे मार्ग भिन्न-भिन्न!

तात्या आजही केव्हा तरी अचानक उगवतात. कुणी तरी विद्यार्थी हात धरायला असतो. फार तर हळद घातलेले दूध घेतात. एखादी सुंदर कल्पना ऐकवतात. केलेले काम मुद्देसूदपणे सांगतात. पुढील जबाबदारी हक्काने टाकून मोकळे होतात. तिचा बोजा आम्हालाही वाटत नाही आणि त्यांनाही वाटत नाही.

तात्या खरे राष्ट्रसंत, तात्या खरे देवाचे अंश!

तात्या 'पद्मश्री'च्याही पुढे...

❏❏

११.भांडखोर खरवडकरीण

एखाद्याने भांडखोर म्हणजे किती असावे; त्याला काही सीमा? अगदी ऊठसूट भांडणे करणारीच ती. गावाच्या टोकाला राहाणारी. छायामावशी. गावाची वैरी, गावाने ओवाळून टाकलेली.

तिच्या घरावरून गावकरी खाली माना घालूनच जायचे. कुणबी वाड्यातली सखीबाई शिगवण शेळ्या घेऊन दारावरून गेली, तरी तिच्यावर छाया खरवडकर खेकसायची— शेळ्या दारात लेंड्या टाकतात म्हणून!

समोरच्या घरात रामनवमीचा उत्सव असायचा. कोकाटे आजोबांना कधी तरी नदीकिनारी राम-सीतेच्या पाषाणमूर्ती सापडल्या होत्या. गावात रामाचे देऊळच नव्हते. त्यामुळे उत्सवाला गाव लोटायचा. जन्मापूर्वीचे कीर्तन असायचे. माडीवर गर्दी जमायची. दारात चपलांचा ढीग व्हायचा. खरवडकरणीचा बाजा सुरू व्हायचा. ब्राह्मण बाई, पण तिला कीर्तनाचा त्रास व्हायचा. शिव्यांची आरती ओवाळायची.

केळशी, नाही तर पालघरहून बुवा आलेले असायचे. त्यांनाही हा वार्षिक उत्सव परिचयाचा झालेला. शिवीगाळ सुरू झाली की बुवापण स्पीकरचा आवाज वाढवायला सांगत. कर्ण्याचे तोंड पोरे मुद्दामहून फिरवून ठेवत.

खरवडकरीण पूर्वीपासून तशीच. माहेर गुहागरचे. तिच्या बहिणी कधी तिच्याकडे फिरकल्या नाहीत. बहिणींशीसुद्धा तिचे कधी पटले नाही.

श्रावण आला की खरवडकरमावशी लोण्याहून मऊ व्हायची. शक्यतो कमी बोलायची. शंकराच्या देवळात पहाटेच पोहोचायची. नवरा होता तोपर्यंत जोड्याने अभिषेक घालायची. नवरा जनसंघवाला. एकदम मितभाषी. खांद्याला नेहमी खाकी कापडी झोळी असायची. त्याला कामधंदा असा काहीच नव्हता. तो माणूस नेमके काय करायचा, याचा पत्ता कुणाला नसायचा. कसली-कसली पत्रकं तो छापून आणायचा. रत्नागिरीला, चिपळूणला जाऊन राहायचा. घरात काळोख्या भिंतीवर सावरकरांची आणि शंकराची अशा दोनच तसबिरी होत्या.

श्रावणात विसूभाऊ सोज्वळ राहायचे. तसे ते कुटुंबाच्या भानगडीत कधीच पडायचे नाहीत. त्यांचे कुणाशी भांडण नसायचे. बायको-पोरी कुणाला शिव्या द्यायला लागल्या की विसूभाऊ झोळी अडकवून पेपर आणायला एस.टी. स्टॅण्डवर जात. पुन्हा तासा-दोन तासांनी आल्यावर वातावरण थंड झालेले असे.

विसूभाऊ चढणीवरच्या बेलाची फांदीच तोडून आणायचे. त्यासाठी कुणबी वाडीतून दत्ताला शोधून काढायचे. झोळीत भरून बेलपत्री आणायचे. ओलेत्याने गावाच्या आधी शंकराच्या पिंडींवर एकादशणी व्हायची. खणखणीत आवाजात सहस्रनाम व्हायचे. नथ घालून छायामावशी एक-एक बेलपत्र वाहायची. पोरी मोगरा गोळा करून आणायच्या. श्रावणी सोमवारी मात्र सक्तीने या तिघी जगावेगळ्या वागायच्या. मौनव्रत धरायच्या. रोज श्रावणी सोमवार असावा, असे साकडे गाव घालायचा.

सोमवारी छाया खरवडकरणीच्या घरी कुणीही गेले, तरी त्याला खोबरे घातलेला खडी साखरेचा प्रसाद मिळायचा. सोळा सोमवार आणि नागपंचमीपण ती साजरी करायची. गणपती मात्र टिळक पंचांगाप्रमाणे आधीच आणायची आणि स्वत:च जाऊन विहिरीत कवळासायची. ही दोन टोके साऱ्या गावाला अचंबित करायची. ब्राह्मणाच्या पोरी— पण कुणी संबंधच ठेवायचे नाही. त्यांचाही पारा केव्हा चढेल, काय माहिती?

बाकी गावात कुठल्या म्हणून कुठल्या सणात ही मंडळी भाग घ्यायची नाहीत. काकांचे आणखी एक विशेष होते. त्यांच्या झोळीत रामरक्षा असायचीच.

ती छोटी- छोटी पुस्तके आणि चिक्कीचे तुकडे छोट्यांना द्यायचे. रामदासांचे पूजक असूनही त्यांचे कुटुंब रामनवमीला हमखास भांडण काढायचे. भांडण शिवारावरूनही व्हायचे. कुंपण जागेवर असले तरी छायामावशीला त्यात फरक दिसायचा. शेजारचा किराणामालवाला तर तिच्या उभ्या जन्माचा वैरी. त्याचे दुकानातील उंदीर खरवडकरांचा पाया पोखरायचे.

शेजारच्या दोडक्याच्या वेली हिच्या कुंपणावर आल्या की हिच्या बाजूवर हिचाच हक्क. मग त्यावरून जुंपायची. खरवडकरणीकडे भाजीचं अळू जातिवंत, पिवळा सोनटक्का सुगंधी; पण कधी कुणाला त्याचे कंद मिळाले नाहीत आणि कुणी मागितलेही नाहीत. शिवार त्या छोट्या कुटुंबाच्या गरजा भागवायचं. मुळात गरजाच इतक्या कमी की, इतरांची गरजच नसायची.

खरवडकरणीकडे गाई होत्या. त्यांचा खरवस काही घरांत जायचा. तो जायफळ घातलेला खरवस मात्र खास लोकांसाठी असायचा. खरवस भेंडीच्या नाही तर कर्दळीच्या पानात गुंडाळून घरी यायचा. भेट घेणाऱ्यांनाही धन्य वाटायचे. पण भांडी लगेच परत करायची घाई असायची.

छाया खरवडकरणीचे घरही बैठे होते. रस्त्यावरून छप्परच दिसायचे, इतके ते खाली होते. जांभ्या दगडाच्या पायऱ्या उतरून मगच डोके वाकवून पडवीत डोकवता यायचे. लांबलचक पडवीत एक झोपाळा कुरकुरायचा. पांजरा खुंटीला अडकवलेला असायचा. येणारा-जाणारा झोपाळ्यावरच विसावत असे. दारातच कोंबड्या शिटी टाकत, त्या दुसऱ्यांच्या. म्हणजे त्यावरून भांडण ठरलेले. कौलांवर चिकोड्या, सांडगे वाळत घालायची. पोरांची विटी कधी तरी कौलावर जायची. भांडणाला आयते कारणच मिळायचे.

दिवाळीला गावची मंडळी लाल मातीने अंगण सारवायची. शेणात लाल माती कालवली की, बोटांच्या रेघोट्यांची नक्षी डोळ्यांत भरायची. शिगवणांची म्हातारी ती माती खोदता-खोदता आत गेली. पुरी दरडच तिच्या अंगावर कोसळली. मोठा कोलाहल माजला. पहिली धावली ती खरवडकरीणच. पुरुषांच्या तोडीला तोड काम केले. म्हातारीचे पाय तेवढे दिसत होते. खंदकातून तिला बाहेर काढले. पण काही उपयोग झाला नाही. बकऱ्यांवरून आकांडतांडव करणारी बाई त्या दिवशी मुसमुसून रडली.

या भांडखोरणीच्या पोरीशी लग्न कोण करणार? लांबची स्थळे येऊ लागली. खूप लांब कोकणात एका ज्योतिषाकडे सून म्हणून गेली. ज्योतिषी कुंडल्या जुळवायचा. गावोगावी फिरायचा. खरवडकरणीनं नशीबच काढलं. पुढे ते घराणं

नावारूपाला आलं. एका मोठ्या पंथाची ती पोरगी मालकीण झाली. हजारो भक्तांची श्रद्धास्थान झाली. करोडोंची मालकीण झाली.

छाया खरवडकरीण लक्षात राहावी अशी नव्हतीच मुळी. पुढे दुसरीचेही लग्न लागले. काखोटीला झोळी अडकवणारे विसूभाऊ नंतर कुठे परागंदा झाले, कुणालाच कळले नाही. म्हातारी कण्हत-कण्हत, खंगत गेली. शिवलीलामृत वाचायची. उपासतापास करायची. गावानेही कात टाकली होती. समोरच्या घरातली रामनवमीही बंद झाली होती. आता आरतीसाठी कर्णा लागायचा नाही. कालौघात कोकाटेने दुसरीकडे घर बांधले. खरवडकरीण श्रावणी सोमवारीच गेली. शिवमय झाली. घर बसले. वासे मोडले. कौलांवर गवत वाढले. त्यावर हक्क सांगायला जावई आले नाहीत, पण कुणी कधी कुंपणही मोडले नाही. दर वर्षी घरावर चिरांटीचे वेल चढतात. कृष्णकमळ बहरायचे, तेथे खाजकुयली उगवते.

आजही श्रावणी सोमवारी अभिषेक होतात. गुरव तोंडातल्या तोंडात मंत्र पुटपुटतात. मंडळी येतात पण ओंजळीने बापाच्या बरोबर मोगऱ्याचा अभिषेक करणाऱ्या परकर-पोलक्यातल्या संध्या आणि सुधा नाही दिसत. त्या खणखणीत आवाजातली शिवसहस्रनामेही नाहीत आणि रामरक्षाही आता होत नाही.

खरवडकरीण कुणी सती सावित्री नव्हती. गावाने नजरेआड केलेली एक भांडखोर भटीण. ती का व केव्हा भांडायची, त्याला काही गणित नसायचे. तिचा नवरा त्यांना कसा सहन करायचा, याचे उत्तर कुणी शोधले नाही. तरी ती खरवस का वाटायची? आवळकट्टी केली तर सर्वांना का पोचवायची? जिऱ्याची पावडर घातलेल्या आवळ्याच्या वड्या का विकायची? एकीकडे उभा वाद असतानाही शंकरावर एवढी निस्सीम भक्ती का ठेवायची? आणि स्वत:चा शेवट इतका असहाय्य करूनही नंतरच्या काळात मौनव्रत का पाळायची?...ही गावाला न सुटलेली कोडी आहेत.

□□

१२. 'शिवा बुरूड'

बुरूड म्हटलं की, माझ्या नजरेसमोर एक कुटुंब यायचं. आपण समाजात वावरत असतो. समाजाला एक स्वतंत्र अस्तित्व असते. समाजाचेही एक स्वतंत्र सामूहिक मन तयार होत असते. याच समाजमनाचा आपल्यावर कळत-नकळत परिणाम होत असतो. आपण त्याच समाजमनाचा एक भाग असतो, पण तसे मानायला मात्र तयार नसतो.

माझंही नेमक असंच झालंय. मी स्वतःला त्रयस्थाच्या नजरेने पाहण्याचा प्रयत्न करतो, पण माझे आचार-विचार हे सोबतच्या समाजानेच घडवलेले असतात.

आपण रोज ज्यांना पाहतो, त्यांच्याबद्दल आपली ठाम समजूत होऊन बसते. ती व्यक्ती म्हणजेच समाज— अशी आपली समजूत झालेली असते.

त्यालाही नाव-गाव काही नव्हते. स्वतःची ओळख नव्हती. काही वर्षांपूर्वी तो कुठल्या तरी लांबच्या दुष्काळी जिल्ह्यातून आला होता. किती वर्षांपूर्वी आला,

तेही त्याला आठवत नव्हते.

तो इथे कसा आला, का आला— हे विचारायला त्याला कुणी आले नव्हते आणि रोजच्या रडगाण्यात त्यालाही ते सांगायला फुरसत नव्हती.

आला तेव्हा जेमतेम त्याला मिसरूड फुटत होते. गावाला ज्वारीही फुटली नव्हती. पुण्याहून एसटी पकडली, ती थेट इकडेच. सोबत भिवा गाववाला आणि डोईवर काळजीचं गाठोडं आणलं.

सुरुवातीला गावोगाव फिरायचा. सोबतच्या मित्रांनी खानदानी बुरूडकला शिकवली. गावोगावी पायपीट करताना वहाणा तुटायच्या. नजर भिरभिरत असायची. पिशवीत तंबाखूची पुडी आणि पाजवलेली 'औत' असायची. असलीच, तर कधी झुणका-भाकर मित्राच्या बायकोने बांधून दिलेली असायची.

मित्रांच्या डोक्यावरचं पागोटं पार थकलेलं असायचे. मित्राने दुसरी बाई ठेवून घेतलेली. मित्रानेच त्याला वाढवलं, मिळेल तिथे थोडासा आसरा शोधायला शिकवलं. मित्र झोपडीत, तर हा बाहेर– कुत्र्यांच्या साथीनं झोपायचा. रात्रभर बांबूच्या सालींची शेकोटी असायची, तेवढीच काय ती ऊब. भीमाच्या राधाक्काने एकदा लुगड्यांची गोधडी शिवली. ती थंडीत ऊब आणि वैशाखात थंडावा द्यायची. वळकटीला कुत्री झोपायची.

भीमा पायपीट करताना बांबूची बेटं शोधायचा. कळक नुसत्या नजरेने ओळखायचा. कळकाला हात लावल्याविना, किती टोपल्या घडतील त्याचा अंदाज बांधायचा. मालकाला गाठायचा. इकडच्या-तिकडच्या गप्पा व्हायच्या. दुष्काळाच्या कहाण्या सांगायचा. चहाचा पेला रिता होईपर्यंत किंमत ठरायची.

भीमा मोठा जिद्दीचा. वाडीवाला कितीही इरेला पेटला, तरी त्याला बरोबर पटवायचा. चार टोपल्या कबूल करायचा. थोडा बयाणा म्हणून शर्टाच्या आतल्या बंडीच्या खिशातून जपून ठेवलेले पैसे द्यायचा. पूर्वी दोनशे कळकांचं अख्खं बेट सव्वाशे रुपयांपर्यंत मिळायचे. आता तेच बेट पुरे दोन हजारांना जाते. बयाणा झाला की, भीमा बेटाला सुंभ बांधायचा. मालक चांगला असेल, तर त्याच्याच अंगणात वस्ती करायचा. बयाणाचे बांबू तोडायचा, मालकासमोर हजार नावे ठेवायचा; पण विडी ओढताना डोळे मिचकावायचा.

चांगले चार बांबू मुहूर्ताला ओढायचा. त्याची मोळी बांधून पुन्हा झोपड्यात यायचा. कुणाची तरी गाडी बघून बैल जुंपायचा. त्यालाही घोंगडी देण्याचे कबूल करून बांबू आणून घ्यायचा. भीमा प्रत्येकाला आपलं गाव वेगळं सांगायचा. सौद्याला रडगाणं गायचा. वस्ती नसेल तर झोपडी गाठायचा. मिळेल ते खायचा.

संध्याकाळी उतारा लागायचाच. मग शिवीगाळी आली. बायको-पोरांना लाथा-बुक्क्यांनी मारायचा.

शिवा बुरूड हे बाळकडू घेऊनच वाढला. त्याचे विश्व छोटे होते. त्यालाही आता स्वत:ची वेगळी चूल मांडून दहा-बारा पावसाळे झाले होते.

भीमांचं आणि त्याचं भांडण लागलं. भीमाने शिवाला हाकललं, त्यालाही आता बरीच वर्षे झाली होती. भीमा पार थकला होता. भीमाची पोरंही त्याला लाथाडत होती.

शिवा मात्र वेगळा होऊनही इकडेच रमला. भीमाने या गावच्या पाहुण्याला— शिवा बुरूडाला गावागावातील कळकाची बेटं दाखवलीच होती. त्याने पुढची पायरी गाठली. ज्या गावात जाईल तिथेच एखाद्या पडत्या घराची ओटी गाठायचा. तिथेच स्टो पेटवायचा. झोपडीत काळूबाईचा देव्हारा ठेवायचा.

कोयत्या, सुऱ्या पाजवलेल्या असायच्या. कोंबडा आरवायच्या आधीच शिवा उठायचा. बांबू चिरायचा. त्याला आगीची धग द्यायचा. कळकाच्या पातळ पट्ट्या काढायचा, त्या सरळ करून रचायचा, त्यावर वजनाचा दगड ठेवायचा.

पावसाळा आला की शिवा गावी परतायचा. असाच कधी तरी गेला तो यमीला घेऊनच आला. तिच्याशी लगीन मामांनी लावून दिले. कोकणात बुरूडगिरी करतो, म्हणून सासऱ्याला काय अभिमान! सासऱ्याची गाढवं होती. ती नाही देता आली, म्हणून जुनी सायकल दिली. एसटीवर टाकून सायकल आली. दुष्काळात मिळालेला तो हुंडाच होता.

आता शिवाची पत वाढली. माघारीण घरला आली होती. सायकलवर बारा-बारा 'हारे' बांधून कोळीवाड्यात पोचू लागले. माळ्यांच्या वाडीत पातेरं गोळा करायला मोठा 'पांजरा' लागे. गुरांच्या वाड्याला 'इरलं' लागे. शिवा आणि यमीला वेळच पुरायचा नाही.

बायकोच्या हातचं कालवण मिळायचं. वर्षातून एकदाच जाणारा बाप्या आता गावी दोन-दोन फेऱ्या मारायला लागला. गावाकडून जिन्नस यायचं. कोळीवाडे तोंडपाठ झाले होते. आता प्लॅस्टिकचे दिवस आले, तरी टोपल्यांची मागणी कमी झाली नव्हती. आठ रुपयांची टोपली आता चांगली शंभर रुपयांना झाली होती.

किंमत वाढली, पण तरी शिवाचा काळूबाईचा देव्हारा बदलला नव्हता. स्टीलची चार ताटं आणि फडताळातली मोजकी भांडी. त्यात संसारात दोन पोरांची वाढ झाली होती. पोरं रस्त्यावरच वाढत होती.

माझ्याशेजारच्या पोल्ट्रीवाल्यांनी त्याला आसरा दिला होता. पावसाळा संपला की, शिवा बुरूड दाखल व्हायचं. चार-पाच वर्षे मी त्याला बघतोय. तो सतत व्यापातच असतो. पैसेही कमवतो, पण कित्येक वर्षांत कोणत्याच गावात त्याला साधे बेडे बांधता आले नाही. यमी कशी तरी पोराबाळांना धपाटून काढायची. गोंधळपाड्याच्या जिल्हा परिषदेच्या शाळेत पाठवायची. पोरंही हुशार. शाळेतून आल्यावर दप्तर फेकून द्यायची. उनाडायला धावायची. आई भाकर वाढायची. पोरं कुठेही कामाला जायची— तरी शाळेत चांगली शिकायची, टिकायची, पहिली यायची. शाळेत खिचडी मिळायची. गुरुजींच्या घरी जायची. त्यांच्या घरची कामे करायची. पोरं व्यवहाराला चोख. कुणाचंही काम केलं की, लगेच पैसे मागायची. त्यातून 'पेप्सी कोला' प्यायची आणि आईला दुधाची पिशवीही आणायची. शिवा बुरूड आता फिरतीवर जायचा. येताना कधी तरी ढोसूनच यायचा.

यमी पैसे लपवून ठेवायची. तिचे आई-बाप निघायचे, तरी यमी हिशेब घ्यायचीच. काळूबाईची भीती घालायची. बाप पोरांना बांबूने झोडायचा. पोरांना मोठे व्हायचे होते. हातात कला होती, पण बुरूडाच्या जातीला दारूचा शाप होता. कधी कधी दोन दोन दिवस पडून असायचा. यमी बाभळीखाली पट्ट्या काढून ठेवायची. पोरं कधी तरी कोळीवाड्यात जाऊन टोपल्या विकायची. आसरा देणारा भगत होता. रविवारी, शुक्रवारी त्याच्याकडे गर्दी व्हायची. चांगली-चांगली माणसे डोकं गहाण ठेवून करणी उतरवायला यायचे. पोल्ट्रीवाला आता चांगलाच तेजीत आला होता. त्याला बुरूडाचं कुटुंब आयतेच मदतीला मिळाले होते. पोरांनाही कोंबडी सोलायला मजा वाटायची.

मी विचार करायचो. त्या बुरूडाला मी अनेक वर्षे पाहत होतो. गावाला शेती होती, तरी खळगी भरायला त्याला कोकणात यावे लागले. भीमाची वाताहत बघूनही त्याची पावले दारूच्या अड्ड्याकडे जायची ती गेलीच. रस्त्यावर दोन पोरं वाढली, तरी स्वतःच घर झालंच नाही. गावची जमीन सोडवता आली नाही. जत्रेला गेलं तरी पोरांना खर्चाला पैसे देता येत नव्हते. परड्या, टोपल्या विकून कपाळीचे भोग संपत नव्हते. शरीर थकत होतं. थकवा घालविण्यासाठी पोट जाळणारी दारू शरीर पोखरत होती. देव्हाऱ्यातल्या काळूबाईला दया येत नव्हती.

काळेमास्तर गावाकडचेच. त्यांनी पोरं शिकण्यासाठी दत्तक मागितली. पण शिवा बुरूडानं जळतं फाटं काढलं. काळेमास्तरांचा मायबाप काढला. पोरांनी रास शिव्या दिल्या. पोर वैतागली, बुरूडाचा धंदा सोडणार म्हणाली. शिवाने धंद्यावर गदा येणार म्हटल्यावर पोरांना मरेस्तोवर मारलं, पण पोरं हटायला तयार नव्हती.

बायकोने शिवाला काळूबाईची शपथ घातली, म्हणून जीव वाचला. कातकरी परवडले. मोठा मुलगा जीव घेऊन पळाला तो कित्येक महिने परत आलाच नाही. गावाला गेला. बारक्या राहिला, पण तो पुढे किती दिवस बापाला सांभाळेल— सांगता येत नाही. भगतालाही आता या दारूड्याची अडचण होऊ लागलीय. यमीकडे बघून त्यांनी अजून बिऱ्हाड ठेवून घेतलेय.

कधी तरी अजूनही पहाटे रस्त्यावर शेकोटी पेटलेली दिसते. दोन फाटके जीव बांबू निसत असतात. त्यांच्याच विश्वात रमलेले असतात. फाटक्या संसाराला ठिगळं लावत असतात. स्वत:च्याच आयुष्याच्या साली सोलत असतात. मनातल्या जखमा खरवडत असतात. तोंडात विडी नाही तर तुकोबा नांदत असतो. हात टोपली विणत असतात. इतकी वर्षे झगडूनही त्यांना घर नाही. सरकारी योजना त्यांच्यापर्यंत पोचत नाही. त्यांच्याकडे आधारकार्ड नाही, रेशनकार्ड नाही. त्यांना मत नाही, म्हणून त्यांना किंमत नाही. कुणी सरपंच त्यांना विचारत नाही. पोरगा मोठा झाला, तर पुढे रेशनकार्ड बनवीन बोलतो. भाड्याची खोली घेईन बोलतो. आता कुठे तो सहावीत आहे. काही महिन्यांपूर्वी शिवा दिसला. मुलाबद्दल त्याच्याकडे चौकशी केली. पोरांच्या नावाने चार-पाच शिव्या देऊन त्याने कुळाचा उद्धार केला. पोरगा सोसायटीत नोकरीला आहे म्हणाला. तो गावालाच राहाणार आहे म्हणाला. दहावी झाला, तेव्हा सत्तर टक्के मार्क मिळाले. नंतर शिकला नाही. मी समजावले, पण शिवा बुरूड समजण्यापलीकडे होता. बधिर झाला होता.

शिवाचा संसार मी पाहत होतो. त्याची वाताहत मी थांबवू शकत नव्हतो. समाजसेवेच्या गप्पा मारणारे आम्ही काळेमास्तरांच्या मागे उभे राहत नव्हतो. फिरत्या बुरूडांच्या झोपड्यांत विकासाची गंगा पोहोचू शकत नव्हतो. त्यांच्याकडून वेगळ्या- वेगळ्या वस्तू बनवून त्यांना चार पैसे मिळवून देत नव्हतो. त्याच्या नावे रेशनकार्ड काढून देत नव्हतो. अपंग तो नव्हता; आमचेच हातपाय गळाले होते. बधिर झाली होती ती आमची मने. व्यसनी शिवा नव्हता, व्यसनी आम्ही होतो. आम्हाला पेपरात चमकायचं व्यसन जडलं होतं. असं एखादं कुटुंब उभं करून आमचे फोटो पेपरात येणार नव्हते. आम्ही फक्त बांधावर उभे राहून त्याला पाहत होतो अन् उसासे टाकत होतो...

□□

१३. प्रामाणिक चपराक

ही गोष्ट साधारण वीस वर्षांपूर्वीची. आम्ही नवलाईने झपाटलो होतो. लग्नाआधीच कोडाईकॅनालची बेत नक्की केला होता. हनिमूनसाठी खिशाला परवडेल अशी ती जागा होती. स्वर्गीय आनंद ह्या नीलगिरीच्या पर्वतरांगांत शोधण्याचा आमचा प्रयत्न होता.

कोडाईकॅनाल स्वप्नाहूनही सुंदर होते. आयुष्यात दुसऱ्याच्या मुलीला आपली ठरवून ती जबाबदारी मी स्वीकारली होती. प्रत्येक पावलावर एक गूढ भीती मनात असायचीच. राहण्याची सोय आमची आम्हीच एका खासगी बंगल्यात केली होती. स्थानिक उद्योगपती आणि लायन्स क्लबच्या अध्यक्षाचे ते सुंदर गेस्ट हाऊस होते. प्रशस्त होते. इतके की, आम्हा नवीन दांपत्याला त्यात अवघडल्यासारखे वाटायचे.

कोडाईकॅनालच्या त्या तलावाशेजारी छान वेळ जायचा. तिकडे भाड्याच्या सायकली मिळायच्या. खोबरेल तेलात तळलेले केळ्याचे वेफर्स असायचे. वातावरणात

नीलगिरीचा वास भरून असायचा. जवळच नीलगिरी तेलाचा कारखाना होता.

दोन दिवसांनी आम्ही मीनाक्षी मंदिरात जायचे ठरविले होते. मदुराईच्या साड्या प्रसिद्ध. देवळाची गोपुरे आम्हाला खुणावत होती. आमची लक्झरी बसची तिकिटे आधीच बुक केलेली होती. ठरल्या वेळी बस आली. एका-एका हॉटेलमधून प्रवासी घेत बस निघाली. परिसर धुक्यात हरवला होता. आम्ही त्यात धुंद झालो होतो.

सहप्रवासी आपापल्या नादात होते. बस लक्झरी असली तरी, आपलं माणूस कुणीही नव्हते. होते ते चंबूत गोट्या हलवल्यासारखं बोलायचे. आम्हाला त्यातलं काही कळत नव्हतं.

तेव्हा मोबाईल नव्हते की, आयपॉड नव्हते. प्रवासात वॉकमन वापरायची जोखीम कोण घेणार? शिवाय खरी 'जोखीम' सोबत होती.

मी नेहमी हिमालयात ट्रेकिंगला जायचो. तसा मला भटकंतीचा अनुभव होता, पण राजश्री कधी महाराष्ट्राबाहेरसुद्धा गेली नव्हती. पहिला विमानप्रवास, तो अनोळखी परिसर. ती नि:शब्द असायची. माझी धाकधूक उगीचच वाढवायची. बरं, मी पण 'सॉलिड'च होतो. म्हणजे सफारीमध्ये ठेवलेला सापळाच वाटायचो!

सोबतीला अनेक लुंगीवाले होते. हॉटेलवर होतो ते बरे होते, असे वाटायला लागले. वाटेत एका रिसॉर्टला थांबलो. ते वेलची प्रक्रिया केंद्र होते. कॉफी घेऊन मी लागलीच परतलो. गाडी सुटली तर गडबड नको, म्हणून मी काळजी घेत होतो.

एकदाची आमची लक्झरी मदुराईला पोहचली. तोडक्या-मोडक्या हिंदीत, इंग्रजीत आम्हाला बसवाल्याने चारपर्यंत डेपोत परत यायला सांगितले. सोबतच्या बुकिंग रिसीटवर बसचा नंबर होता, वेळ होती; पण आता मला जबाबदारीने शंकेखोर बनविले होते. प्रत्येक गोष्ट मी दोन-चार वेळा खात्री करून घ्यायचो. बायकोसमोर स्मार्टगिरी दाखवायचो, पण आतून जाम टरकलो होतो. दहा वेळा पाकीट तपासायचो. पैसे वेगवेगळ्या ठिकाणी ठेवले होते. पुढच्या प्रवासाची तिकिटे सोबतच होती. सोबतीला गरजेपुरतेच सामान घेतलेली सॅक होती.

मदुराई बाजारपेठ मोठी, पण तरीही असुरक्षित वाटत होते. देवळाला लागूनच काही दुकानवाले थोडे जास्तच आग्रह करायचे. त्यांच्या नजरेची भीती वाटायची. मधूनच अय्यप्पावाले काळ्या लुंगीत झपाझपा चालत यायचे. त्यांचे ते काळ्या कपाळावरचे भस्म जास्तच भेदक वाटायचे. त्यांच्या हातात नारळाचे पोगीतले बोखे आणि पाण्याचे कलश असायचे.

आम्ही गर्दी चुकवत एकदाचे दर्शनाच्या रांगेत पोहोचलो. देवळाचे फोटो काढले. त्या मूर्ती, मोगऱ्याचे गजरे, तेल, तूप, धूप, अगरबत्ती यांच्या दर्पातून येणारा तो मंत्रजप, घंटानाद, शंखनाद वातावरण भारावून टाकत होता. त्या गर्दीत गुदमरायला होत होते.

आम्ही तीनपासूनच परतीच्या वाटेवर वळलो. आता खरेदी केलेले सामान सोबतीला होते. चारच्या आत डेपोत पोहोचलो. सुरक्षित जागी पत्नीला बसवले. चौकशीसाठी शोधाशोध केली. एका ठिकाणी चौकशीची खिडकी दिसली. वाचता येत नव्हते, तरी माईकवर बोलणाऱ्या माणसाला विचारले. त्याने त्रासिक चेहऱ्याने तिकिटे तपासले. माझी चुळबुळ चालू होती. 'येईल' म्हणाला. ही चौकशीच्या खिडकीवरची मंडळी इतकी थोडक्यात कशी बोलतात, तेच कळत नाही. थोड्या वेळाने पुन्हा चौकशी इंग्रजीत केली. 'वेळ लागेल' बोलला. आता त्याला माझी दया आली असावी.

"तुमची सीट रिझर्व्ह आहे, गाडी आल्यावर सुटेल." म्हणाला.

माझी तर पुरती अडचण झाली होती. सामान ठेवून जाता येत नव्हतं. सोबत गळ्यात अडकलेलं 'मंगळसूत्र' होतं. बोजड नसलं, तरी हळवं झालं होतं.

केळीच्या पानातच डेपोत पातळ चटणी ओतून मसाला डोसा देणारा आला, त्याला विश्वासात घेतले. प्रेमाने, नको असतानाही त्याने वाटीभर चटणी ओतली.

त्या डोसेवाल्याच्या बोलण्यातून बसला घाटातून येताना उशीर होतोच, असे समजले. जाता-जाता 'सामानाची काळजी घ्या' बोलला. मला सासू-सासरे आठवले. तेही दहा वेळा हेच बजावत होते. त्याने डोशाबरोबर मोफत 'काळजी' दिली होती.

सहा वाजता एकदाची बस आली. आता दोन तासांनी लेट आलेली बस पाहून धावत जाऊन जागा पकडायचे माझ्यात त्राणच उरले नव्हते.

आमच्यासाठी पुढच्या सीट्स राखून ठेवल्या होत्या. अंदाजाप्रमाणे बसचा ड्रायव्हर, कण्डक्टर चहा नाश्ता करायला गेले. पुन्हा ताटकळणे आलेच. मी अंदाज घेऊन पाण्याची बाटली, बिस्किटे, चॉकलेट घेऊन बस गाठली.

परतीचा प्रवास सुरू झाला. बसमध्ये जेमतेम सहा-सात प्रवासी, तेही अनोळखी. मी खाली उतरलो, पुन्हा नंबरची खात्री करून घेतली. चौकशीची खिडकी गाठली. 'सातला बस सुटेल' समजले. जाग्यावर चुपचाप बसलो. बायकोला मंगळसूत्र काढून लपवायला सांगितले. मी नेमके नको तेच केले होते. तिची तर गाळणच उडाली. मंगळसूत्र काढायला ती तयार नव्हती. आधी पदर गच्च

आवळून घेतला, त्यावर शाल घेतली.

आता चांगलाच काळोख झाला होता. काही नजरा आमच्याकडे रोखलेल्या होत्या. निदान मला तरी तसा भास होत होता.

पुढच्या शहरात तीन-चार जण उतरले. आता आम्ही गाडीत चार-जणच उरलो. सोबतची माणसे पुढे येऊन बसली. माझी तर पाचावर धारणच बसली.

कुठच्या कुठे मदुराईचा विचार केला, असे वाटले. ड्रायव्हर, क्लीनर पुढे बसलेले. गाडीने चांगलाच वेग पकडला होता. अनुभवाने ड्रायव्हर वेळेची बचत करतोय, हेही जाणवत होते. पुढे दोन तासांच्या अंतरावर अवघड घाट होता.

छोटी-छोटी गावे मागे पळत होती. कौलारू टुमदार घरे दिसू लागली की, हायसे वाटायचे. पण लगेच उजाड माळराने लागायची.

नऊ वाजून गेले होते. खेडी सुस्तावली होती. कुठली तरी नदी आली, पलीकडे लाईट लुकलुकत होते. गाडीतले उरले-सुरले सोबतीसुद्धा उतरले. बायको मला आणखी बिलगली. सोबती उतरताना प्रवासी मोठ मोठ्याने ड्रायव्हरशी बोलत होते. माझ्यापरीने मी त्याचा अर्थ काढत होतो. मनाची समजूत घालत होतो.

टाटा-बाय बाय करून तिघे उतरले आणि आणखी दोघे दारात चढले. साक्षात यमदूत. काळी लुंगी, काळे शर्ट, दाढी. पुन्हा मोठमोठ्याने चर्चा. ते मोटारसायकलने आले होते. काय बोलले, कुणास ठाऊक? पण चर्चा कसली तरी महत्त्वाची होती. मी घड्याळ काढले— नऊ वाजून वीस मिनिटे झाली होती. घड्याळ सॅकमध्ये तळाशी लपवले. पाकीट काढले, तेही लपवले. खिशात नेमक्याच नोटा ठेवल्या.

ते दोघे उतरले. दरवाजा आपटूनच लावला. मी देवाचे नाव घेतले.

गाडी सुरू झाली. ड्रायव्हर केबिन उघडीच होती. ड्रायव्हर, क्लीनर मोठमोठ्यानी बोलत होते. क्लीनर माझ्याकडे रोखून बघत होता. आता माझा संशय वाढत होता. पण सांगणार कुणाला? हिची कढी आधीच पातळ झालेली.

गाडीचा वेग मला उगाचच मंदावलेला वाटला. गाडीने पूल ओलांडला. रस्त्यावरचं ते गाव होतं. अजून जागं होतं. क्लीनर वळून ओरडला, "गाडीचा टायर पंक्चर आहे. अर्धा तास लागेल." बोलला, 'जेवून घ्या' बोलला, 'पुढे घाट आहे', असे सांगत होता. खरंच, आम्ही पर्वतरांगांच्या पायथ्याशी होतो.

बायको मला सोडायला तयार नव्हती. तेवढ्यात आधीची ती दोन माणसे आली. पुन्हा बोलाचाली सुरू झाली. मी बायकोची समजूत घातली. आम्ही

मागच्या सीट पकडल्या. आमच्या हालचाली दिसू नयेत, हा त्यामागचा उद्देश होता.

कॉफी आणायला खाली उतरलो. आता चारही माणसे गाडीतून स्टेपनी काढत होते. मी सामान सुरक्षित लावून घेतले होते. ठरवून खाली उतरलो. आता खरी माझ्या समयसूचकतेची परीक्षा होती. माझ्यातला संशयी पुरुष जागा झाला होता. मी अंदाज घेतला— निदान अर्धा तास सुटका नव्हती. सोबत प्रवासी कुणी नव्हता. ती दोन अनोळखी माणसे ड्रायव्हरशी सलगी करत होती. त्यांनी ती बुलेट मोटारसायकल पंक्चरच्या दुकानाच्या शेडमध्ये लावली होती. मी बुलेटचा नंबर लक्षात ठेवला. चंदेरी कलरच्या त्या जुन्या बुलेटवर त्रिशूल काढले होते. दुकानाची खूण लक्षात ठेवली. गावाचे ते टोक असावे. बंबातून चहा-कॉफी उकळत होती. उगाचच धीर करून कॉफीवाल्याशी बोललो. गावाचे नाव टिपून घेतले. त्याची खात्री करण्यासाठी समोरच्या दुकानाची पाटी पाहिली. बंबवाल्याचे फोटो काढले. त्यांने दोन स्टीलचे ग्लास भरून कॉफी दिली. मी कॉफी घेऊन गाडीत आलो.

बायकोला धीर देऊन परत उतरलो. तिने 'आता कशाला जाता?' विचारत मोडता घातला. मी फक्त 'आलोच' म्हणालो.

बंबवाल्याला मी बोलता केला. त्याला हार्डवेअरचे दुकान विचारले. त्याने दोन दुकाने पलीकडे पाठवले. तेथे कॉटवर वस्तू पसरून ठेवल्या होत्या. मी तिथे घुटमळलो. बारकी नायलॉनची दोरी घेतली. त्यांच्याकडे कोयते, सुऱ्या होत्या. जरा वेगळा सुरा बघितला. आमच्याकडे असे सुरे मिळत नाहीत, सांगितले. त्याला यात काही रस नव्हता. कोयता उचलला, पण तो प्रवासात नेणार कसा? त्यापेक्षा सुरीच बरी. मग सुरीच घेतली. मी गाडीच्या आड होतो. कुणी पाहत नाही, असे पाहून बुटाच्या सॉक्समध्ये सुरी लपवली. रस्ता ओलांडला. किराणाभुसारवाला गाठला.

तोही '**ऑल इन वन**' होता. त्याच्याकडून मिरची पावडर घेतली. ते पाकीट पेपरात गुंडाळून त्याने दिले, ते मी जॅकेटच्या खिशात ठेवले. पुढे काय वाढून ठेवले, ते कुणाला कुठे माहीत होते? काळजी एकट्याची नव्हती; लोढणं बरोबर होतं!

बेकरीचे पदार्थ घेऊन पुन्हा त्या पंक्चरवाल्याजवळ घुटमळलो. तोपर्यंत कॉफीवाल्याचा पोरगा आला. त्याला कॉफीचे ग्लास दिले. तो त्याच्याच नादात होता.

मनावरचे दडपण लपवण्यासाठी डायरेक्ट त्यांच्यात रमायचे ठरवलं. पण

ते सर्व जण माझ्याकडे पाठ करूनच होते. चेहरे लक्षात ठेवणेही अशक्य होते. ड्रायव्हर जाडा होता. त्याच्या पायात बूट, क्लीनर मोठ्या मिशीवाला. लाल शर्ट, शर्टाच्या कॉलरच्या आत मळका रुमाल. दोन माणसे दाढीवाली, भस्मवाली. पण यात वेगळे असे काहीच नव्हते. फक्त एकाच्या हातात चांदीचे मोठे ब्रेसलेट होते. त्यात ब्लेड लटकत होते, तेही चांदीचेच. दुसऱ्याकडे प्लॅस्टिकची हॅण्डबॅग होती, पण चांगली फुगलेली. माझी तर्कशाळा काम करू लागली. ते पॅसेंजर नव्हते, तरी त्यांनी मोटारसायकल पडवीत का लावली असेल?

मी लगेच गाडीत जाऊन बसलो. बायकोने भीती वाटतेय, असे सांगितले. डोके दुखतेय म्हणाली. मी तिला 'गप्प झोप' सांगितले. कॉफीने बरे वाटेल बोललो. थोड्या वेळाने अमृतांजन काढून दिले. तिची पर्स त्यानिमित्ताने सॅकमध्ये टाकली. सॅकचे आता काम नव्हते. त्यामुळे ती पुढच्या सीटखाली ढकलली. मी आता येईल त्या प्रसंगाला सामोरे जायचे ठरवले. धीर तर सुटलाच होता, पण तयारीही जय्यत होती.

गाडी सुरू झाली. ते दोघेही आत आले. त्यांनी उभ्या-उभ्याच आम्ही मागे कुठे बसलोय, ते पाहिले. मोठमोठ्याने ड्रायव्हरला काही तरी त्यांच्या भाषेत सांगितले. मी आवंढा गिळला.

गाडीने घाट पकडला. गाडीतला लाईटही बंद झाला. त्या चौघांचे आवाज तो घाट आणखी भयाण बनवत होते. त्यांची गाणी सुरू झाली.

बायकोने आता मान टाकली होती, पण हात गच्च पकडून ठेवला होता. मी उजव्या खिशातील मसाल्याची पुडी हाताळत होतो. ती काढली. आधीच, थोडी उघडून ठेवली.

ते दोन तास संपता संपत नव्हते. घाटात गाडीचे एसी बंद झाले. मला आधीच घाम फुटला होता. गाडी कुथत-कुथत चढत होती. मलाही पेंग येत होती, पण कान त्यांच्या हालचालींकडे होते. लक्ष चारी बाजूंना होते. झोपून चालणारही नव्हते. जबाबदारीची जाणीव अस्वस्थ करीत होती.

एकदा वाटत होते— डोके दुखतेय, असे सांगून त्यांना हळू बोलायला सांगावे. पण वाद नको म्हणून पडती बाजू घेतली.

मनातल्या मनात आरत्या म्हणू लागलो. बाहेरचा वारा आता चांगलाच झोंबू लागला होता. परक्या प्रदेशात काय करणार? खासगी प्रवासाला निघालो म्हणून स्वतःलाच दोष देत होतो. आमच्या टूर ऑर्गनायझरने आम्हाला चांगलाच एकांत दिला होता.

कोडाईकॅनालचे लाईट लुकलुकू लागले. आमचे गेस्ट हाऊस शहराच्या मध्यवर्ती भागात होते. बारा वाजायला आले होते.

गेस्ट हाऊस येताच त्यांनी गलका केला. आम्ही घाईघाईने हॉटेल गाठायचे ठरवले. उतरता-उतरता चौघांकडे पाहिले.

त्यांनी इंग्रजीत विचारले.

''काय, घाबरला होता काय?''

मी 'नाही' म्हटले.

''काळजी करू नका; 'टुरिस्ट, आमचे देव आहेत. त्यांच्यावर आमचा धंदा आहे!'' मी खाली मान घातली.

''आम्ही तुम्हाला साथ द्यायला आलो. ड्रायव्हरनेच आम्हाला सोबतीला ठेवले. तुमच्या केसालाही कुणी येथे हात लावणार नाही. तुम्हाला भीती वाटू नये, म्हणून आम्ही देवाची गाणी म्हणत होतो.''

''येथे टुरिस्टना काही भीती नसते. बिनधास्त होऊन एन्जॉय करा...''

मी 'थँक्यू' म्हणायलाही विसरलो.

□□

१४. मांजरेकर

"तुम्हाला परवडेल का?"

"काका, बघू— पण तुम्ही अपेक्षा तर सांगा." - मी.

मी आता घायकुतीला आलो होतो.

"फ्लॅट काय सुंदर आहे हो!"

"सुंदर म्हणजे काय, एकदमच सुंदर हो!" - काका.

"तुम्ही पाहिलात ना, तर तुम्हाला एकदमच पसंत पडेल!" - काका

"तुम्ही स्वत: घेणार?" - काका.

"होय तर!"

"तुमची तयारी आहे?" - काका.

"होय हो काका. त्याशिवाय का मी विषय काढलाय?" - मी.

"अगं एऽऽ ऐकलंस का? वकील साहेब आलेत."

"याऽ या!" एक घोगऱ्या आवाजाची बाई माझं स्वागत करते. नागावमधील बहुचर्चित व्यक्तिमत्त्व 'मांद्रेकर वकील.' गावात प्रवेश करताच भली मोठी प्रॉपर्टी ऐसपैस पसरलेली. घर बैठं, जुन्या धाटणीचं. दारावर पाटी 'मांद्रेकर वाडी.' खांबावर पाटी काळी-पांढरी— ॲड. मांद्रेकर, ॲडव्होकेट, हायकोर्ट. मांद्रेकरकाकांना प्रत्यक्ष वकिली करतांना मी कधी पाहिले नाही. अगदी सुरुवातीच्या काळात एक-दोन वेळा कोट घालून बाररूममध्ये बसलेले पाहिले असेल. आडवा देह. अगदी संथ हालचाल. कधी कशाची घाई नाही. घड्याळाचे काटेच थांबल्यासारखे आयुष्य. फुटकळ नोटिसा देण्यासाठी ते मला बोलवायचे. त्यांच्याच पडवीत, नाही तर जीर्ण सोफ्यावर मग चर्चा रंगायची.

मी नोटीस बनवली की, स्वारी खूश व्हायची. तोपर्यंत सौभाग्यवती गरम गरम दूध घेऊन यायच्या. मागच्या दारात गाई असायच्या. हरकाम्या नोकर निरसं दूध काढून द्यायचा. माझे कुतूहल वाढतच होतं. काका-काकींना कुणीही वारस नव्हता. जुन्या काळातलं फर्निचर. शिसवी लाकडाचे कोरीव उंच पलंग, त्याला मच्छरदाणी. जुन्या, लांबलचक आरामखुर्च्या. बेल्जियम ग्लासचे रायटिंग टेबल. रंग उडालेल्या भिंती, काळवंडलेले लाकडी भाल. कोनाडे कागदांनी भरलेले.

त्या घरात गेले की, भयाण शांतता खायला उठे. काकींचा आवाज पार चिरफाड करे. त्या आवाजात सक्तीचा आग्रह असे. कठोर निग्रह असे. मुरब्बी, करारी आवाज. ही स्त्री गावाशी भांडत असणार याची खात्री घरात शिरताच पहिल्या पाच मिनिटांत होई.

घरात काकींचीच सत्ता. एवढे मोठे काका, पण पार मांजर बनलेले. काकींपुढे त्यांचे काही चालत नसे. पण काकी तर आवाजाच्या पार विरुद्ध— एकदम प्रेमळ! हक्काने बसवून कांदापोहे, नाही तर शिरा खायला घालणाऱ्या. निरसं दूध हळद, मध घालून देणाऱ्या. जाताना खरवसासाठी दूध, नाही तर दुधीहलवा बांधून देणाऱ्या. वाडीतील जायफळाची फळे हौसेने दाखवणाऱ्या. काका-काकी म्हणजे एकदम आपलेसे करणारे जोडपे. मी तर त्यांचा मानसपुत्र. असे शेकडो मानसपुत्र त्यांना होते. पण सर्व तेवढ्यापुरतेच. काम झाले की, काका हातावर शंभराची नोट ठेवणार.

कधी तरी सकाळीच मारुती व्हॅनमधून उतरणार. ड्रायव्हर, हरकाम्या, घरातला नोकर. त्याला घरातच शेजारची खोली करून दिलेली. आता काका थकले होते. जिना चढायलासुद्धा त्रास होत होता. अर्धांगवायूचा झटका येऊन गेला होता. त्यामुळे बऱ्याच वेळा मीच त्यांच्याकडे जायचो. काकांचा रागही

यायचा. एकच विषय, एकच वाक्य ते परत-परत बोलायचे. मुद्द्यावर गाडी कधी यायचीच नाही. काकी आणखीनच और. मुद्दा सोडूनच बोलायच्या. जगाला दूषणे द्यायच्या. गावाला शिव्या द्यायच्या.

गावकरीही बिलंदर!

घरात मांजर व्यायली की, पिल्ले मांद्रेकर वाडीत आणून सोडायचे.

काकी 'लाखोली' वाहायच्या.

तरी पण तळतळाट करत पिल्लाला उचलून आणायच्या.

शेकडो मांजरी काकी पाळायच्या, वाढवायच्या.

मांजरीसाठी काकींनी गाई पाळल्या.

मांजरींसाठी काकींनी पोळ्या लाटायला बाई ठेवली.

घरात जिकडे-तिकडे मांजरी.

मांद्रेकरांचे अगदी 'मांजरेकर' झालेले घराणे.

खुर्च्या-टेबलावर मांजरीच मांजरी.

काकांनी वकिली केव्हाच बंद केलेली.

दादरला हिंदू कॉलनीत अख्खा मजला काकांचा. बिल्डिंगच त्यांची, पण भाड्याने दिलेली. पागडीखाली गेलेली. भाऊबंदकीत वाट्याला आलेली, पण राहायला कुणी नाही अशी. एकुलता एक भाऊ, पण त्यालाही देवाज्ञा झालेली. वहिनीचा सांभाळ केला; पण तीही निपुत्रिक, अंथरुणाला खिळलेली.

काका कणाकणाने खंगत चालले होते.

कुत्र्या-मांजरांत माणुसकी शोधत होते.

पण चित्त थाऱ्यावर नव्हते.

प्रॉपर्टीचा हव्यास सुटत नव्हता.

सर्व एजंट दमले होते.

प्रॉपर्टी विकायची म्हटले की, काका अंगावर यायचे.

पण म्हातारपण सरणार कसे?

विश्वासू नोकर किती काढणार? कशाला काढणार?

हो-नाही करता, मांद्रेकर वाडीचे तुकडे पडायला सुरुवात झाली.

काकांनी व्यवहारीपणाने काही मिळकती विकल्या.

खरेदीदार काकांपेक्षा व्यवहारी निघाले.

वहिनींची अडचण त्यांनी परस्पर सोडवली.

शेवटी पैशांनी जादू दाखवलीच.

नोकर साक्षीदार बनला, साथीदार बनला.

पुढे जागा घेणाऱ्यांनी स्वत:चे उखळ चांगलेच पांढरे करून घेतले.

आज त्या वाडीत अनेक टुमदार बंगले उभे राहिलेत. काकांचे मुंबईच्या प्रॉपर्टीचे काय झाले, नक्की माहीत नाही; पण बहुधा भाडोत्र्यांनी ती बळकावली असावी. काकांचा शेवट मात्र अगतिकतेत गेला. काकी अंथरुणाला खिळल्या!

काळ खायला उठला. काका हयात असतानाच काकी निवर्तल्या. घरातल्या चाळीस-पन्नास मांजरी बेवारस झाल्या. पुढे काकाही म्हातारपणात संपले. माझ्याकडेच मृत्युपत्र केले. निग्रहाने नोकराचे नावे उरलेली वाडी आणि घर केले. निपुत्रिकाची घरवाडी मला मिळत होते; मी तो मोह टाळला. हिंदू कॉलनीतला फ्लॅट काका मला अनेक वेळा देऊ करित होते. पण, शेवटपर्यंत व्यवहार ठरलाच नाही. मीही फारसा उत्साह दाखवला नाही. काका-काकी होते, तेव्हा गावकरी मांजरी सोडायचे; आता त्या वाडीत कुत्रेसुद्धा फिरकत नाही. तेथे आता हॉलिडे होम झालेय.

ॲण्टिक फर्निचर कुठे गेले; माहित नाही. पण शनिवार, रविवार पिकनिक जोरात असते. नोकराचे नशीबच फळफळले. त्यानेच काकांना अग्नी दिला. काका मला नेहमी विचार करायला लावतात. माणूस इतका मोठा, इतका श्रीमंत— तरी असा दुर्लक्षित का राहिला? गावापासून वेगळे राहून काका-काकींनी काय मिळवले? माणसे तोडून काका-काकी कुत्र्या-मांजरावर इतका जीव का लावायचे?

काकांना नोकरांनी बापाची वागणूक दिली, ती सेवा, मिळकतीवर डोळा ठेवून होती? काकांना प्रॉपर्टी विकायचीच होती, तर उमेदीच्या काळात का नाही विकली? काकांना आपली शेवटची दहा-पंधरा वर्षे अशी अगतिकतेत का काढावी लागली? उत्तरे काहीही असतील; पण काका हे रसायनच वेगळे होते. काकांना जीवनाचा सारीपाटच खेळता आला नाही, मैफल संगीतमय बनवता आली नाही.

काका उत्तम रागदारी गायचे. पण त्यांची भैरवी उजाड झाली, नि:शब्दच राहिली. काका उत्तम वकील होते. तरीही स्वत:ची केस ते जगन्नियंत्यापुढे व्यवस्थित मांडू शकले नाहीत. काका उत्तम व्यावसायिक होते, पण भाडोत्री आणि नोकरांना नाही आवरू शकले. काकांकडे सर्व काही होते, पण त्यांची झोळी रिकामीच राहिली. अंत्ययात्रेत दोन-चारशे माणसे होती, पण ती काहीही कुजबुजत होती. मी काका-काकींना पंधरा-वीस वर्षे अनुभवले होते. माझ्यासोबत प्रकाश नावाचा माझा क्लार्क होता. त्याला विचारले. तो पुटपुटला, ''काकांना व्यवहार कळलाच नाही, काकांना फसवले.''

काका एकदा असेच आले असताना प्रॉपर्टीचा ट्रस्ट करायचा विषय

निघाला, पण ट्रस्टी कुणाला करायचे यावरून काकांनी घोळ घातला. घोळ त्यांच्याच आयुष्याचा झाला होता. काका गुंतत होते. काकांना तो गुंता सोडवताच आला नाही. पूर्वी ड्रायव्हर म्हणून येणारा नोकर काकांचा आता 'सल्लागार' बनला होता. काकांचा ट्रस्ट कागदावरच राहिला. मृत्युपत्र मात्र नोंदणीकृत झाले.

शेवटी-शेवटी काकांचा जगावरचा विश्वास उडाला होता. ती घालमेल पाहवत नव्हती. खरं तर काकांचा स्वत:वरचाच विश्वास उडाला होता, त्याला औषधोपचार नव्हता. बेवारस कुत्र्या-मांजरांच्या औषधावर हजारो रुपये उडवणारे काका स्वत: उपेक्षितांचे धनी झाले होते.

❑❑

कळत नकळत

१५. विश्वस्त देवाचा!

"बडव्यांनी देव बुडवलाऽऽ" तो जोराजोराने बेंबीच्या देठापासून ओरडत होता.

माणूस तसा सच्चा, प्रामाणिकपणे परखड मते मांडणारा; फक्त जागा चुकलेला. जागा त्याच्या आयुष्याचीच चुकलेली असते. बोलण्याची वेळ चुकलेली असते. ऐकणाराही कोडगा असतो. त्यांचे कान बधिर झालेले असतात.

अष्टविनायकासमोर हार, प्रसाद, देवाची मूर्ती विकणारा तो... त्याचा पोटापाण्याचा प्रश्न देवानेच सोडविलेला असतो. देवामुळेच तर तो दोन वेळा जेवत असतो. त्याची मुले इंग्लिश मीडियमला जात असतात. त्याला नाव-गाव काही नसते, कारण प्रत्येक मोठ्या देवळाबाहेर असा एखादा हटकून असतोच असतो.

'सखा' तसा साधा-भोळा, पण देवाला शत्रू मानणारा. देवाच्या पायाशी

ढोंगी येतात— देवाशी व्यवहार करतात, अशी त्याची ठाम समजूत असते. त्याला हा दृष्टान्त अनुभवाने झालेला असतो.

रोज त्याच्याकडे देवाला थाळी द्यायला अनेक जण चपला उतरवत असतात. देवळाची व्यवस्था असतानाही लोक हाराच्या बदल्यात सख्याला चपला-बूट राखायला लावतात. नाही म्हणायचे, तर गिऱ्हाईक तुटते; म्हणून मनातल्या मनात चार शिव्या हासडून सखा चपला ठेवायला सांगतो.

देवाच्या बाजारात नारळ देवळातूनच विकत मिळतात. पुजारी आळीपाळीने नारळाच्या गोणी अशा दुकानांत पाठवून देतात. हिशेब रात्री सावकाश होतो. एकच नारळ देवाला दहा-दहा वेळा चढवला जातो. हाराचीही तीच गत. देवावरच्या वस्तूही 'रीसायकल' होत असतात. फार तर प्रसादाची पुडी फोडली जाते. पुजाऱ्याचा धंदा तेजीत असतो. देवाला खराखरा घासून रोज स्वच्छ ठेवणारा पुजारी बाहेर आला की गुटख्याची पुडी सख्याकडूनच घ्यायचा. पुजाऱ्याला आणखीही शौक असतात. मंत्र पुटपुटताना पुजाऱ्याची नजर बिदागी शोधत असते. भक्ताच्या हातातील घड्याळ आणि गळ्यातील दागिना बघूनच पूजेची काळ-वेळ पुजारी ठरवत असतो. शेवटी आशीर्वाद हाही बिदागीवर अवलंबून असतो. विघ्नहर्ता बिचारा 'पाषाणमूर्ती' असतो.

असे पुजारी, बडवे यांना सखा शिव्या-शाप देत असतो. त्यांचे चाळे देव सहन करतो, म्हणून तर तो नास्तिक झालेला. नाइलाज म्हणून कधी तरी पहाटे मागच्या दाराने जाऊन दर्शन घेतो. फार तर 'धंदा चांगला होऊ दे' म्हणून गळ घालतो, पण उभ्या-उभ्याच; नतमस्तक होण्यासाठी सखा तयार नसतो. गाभाऱ्यातच पुजाऱ्याच्या कानात हिशेब सांगून मोकळा होतो. मागच्या भक्ताला वाटते— पुजाऱ्याच्या कानात मन्नत सांगितली की तो देवाच्या कानात सांगेल, अशी देवळाचीच प्रथा असावी.

सख्याचे बघून मागचा भक्तसुद्धा आपले गाऱ्हाणे पुजाऱ्याच्या कानात सांगतो. खिशातून नोट काढून हातात सरकवतो. पुजारीही मग एक हार देवावरचा काढून भक्ताच्या हातात ठेवतो. देवाचे लेपावरील गंध काढून मोठमोठ्याने मंत्र म्हणतो. देव बिच्चारा स्वतःचा लिलाव लावून बसलेला असतो. त्याच्या डोळ्यांतले हिरे चमकत असतात. देवाच्या अंगावर नारळांची रास जमा झालेली असते.

सखा नास्तिक बनलेला असला, तरी देवाचा प्रचार न चुकता करत असतो. देवाला जागृत ठरवत असतो. देवाच्या अनुभवाच्या गोष्टी विकत असतो. गंडे, दोरे बांधत असतो. जाताना प्रसाद, फुले विकत असतो. गिऱ्हाईक

आल्यावर इमाने इतबारे पैसे घेऊन कॅसेट, सीडी, पापड, कोकम, कोकणचा मेवा गळ्यात मारत असतो. घरी बनवलेला म्हणून विकला जाणारा पदार्थ कधीच त्याच्याकडे बनलेला नसतो. डोक्यावर अष्टगंधाचा मोठा नाम, खांद्यावर भगवा पट्टा, अंगावर खादीचा झब्बा— ही त्याची 'बिझिनेस आयडिया' असते.

सखा ब्राह्मणाचा पोर असल्यामुळे घरात सोवळ्याचे वातावरण. पण कधी तरी रात्री मित्रांबरोबर चायनीजच्या गाडीवरचेही चालते. तेही देवाच्याच साक्षीने. धर्मशाळेच्या गच्चीवर पुजाऱ्यांची पुढची पिढीही कधी तरी बसते. त्यांचा खर्चही सखाच करायचा. त्या बदल्यात कधी तरी अख्खी नारळाची गोण सख्याला फुकटात मिळायची. सखा त्याकडे 'इन्व्हेस्टमेंट' म्हणून पाहायचा. चांगली पार्टी दिसली की, गोमुखाकडून रांग न लावता ट्रस्टीच्या कोट्यातून चोरवाटेने दर्शन मिळवून द्यायचा. चांगली बिदागी मिळायची. काही भक्त हुशार निघायचे. दर्शन झाले की, मुंबईच्या नगरसेवकाची ओळख सांगायचे किंवा पोलीस खात्यातले आहेत, असे बजावायचे. सख्या अशा वेळी मेहनतीवर पाणी पडले समजायचा, वरती गाडीत ठेवायला बाप्पाची मूर्ती द्यायचा.

लोक पण श्रद्धाळू असतात. त्यांचा सख्याला हेवा वाटायचा. लोक गोमुखातून येणारे अभिषेकाचे पाणी बाटलीत तीर्थ म्हणून गोळा करायचे. डोळ्यांना लावायचे, डोक्यावरून हात फिरवायचे. ते 'गंगाजल' म्हणून सखा विकायचा. पाणी समोरच्या हौदातले असायचे. ती पोखरण साफ करायला कुणाला वेळ नव्हता. ग्रामपंचायत म्हणायची, 'कमवतात ते पाहातील'; पुजारी सांगायचे, 'विर्सजन गावकरी करतात, ते साफसफाई करतील.'

शेवटी अप्पा महाजनांनी पुढाकार घेतला. सरपंचाचा सत्कार ठेवला. झेडपी सदस्याला बोलावले. चार दिवस गावात पत्रके वाटली. पोखरणीत शंकराची जुनी पिंड आहे, तीसुद्धा बाहेर काढायची ठरवली. या पिंडीने म्हणे दृष्टान्त दिला, अशी बोंब उठवली. महाशिवरात्रीला मुहूर्त केला. मग पुजाऱ्यांना चढवले. गणपतीबरोबर शंकराची बोनस पूजा मिळेल सांगितले. दहा-पंधरा वर्षांची घाण निघाली. बादल्यांनी ब्लीचिंग पावडर टाकली. तळ दिसला. पिंडीही दिसली. पुढे महाशिवरात्रीला प्रगट दिन साजरा होऊ लागला. दिवाबत्ती होऊ लागली. अप्पा महाजन खरं तर समाजवादी, पण त्यांची युक्ती कामी आली. चमत्कारामुळे गावाला श्रमदान घडले.

सखा ह्याच पोखरणीचे पाणी कॅनमध्ये भरायचा. महाशिवरात्रीला तीर्थ म्हणून विकायचा. त्याला सील लावून ठेवलेलेच असायचे. कॅनवर शंकर पार्वती

आणि मधे गणपती. भोळी जनता तेही विकत घ्यायची.

सखा एकदा तिरुपतीला गेला. त्याने तिथले मार्केट पाहिले. झाले! गणपतीबरोबर तिरुपती, लक्ष्मी, शनिदेव आणि साईबाबा यांच्या मूर्ती व तसबिरी पण सख्याच्या दुकानात मिळू लागल्या. दुकानाला बरकत आली.

सखा लोकांना श्रद्धेने अंधश्रद्धा विकत होता. त्याच्या अवताराकडे बघून तो एकदम धार्मिक वाटे. रात्री चकणा चघळताना धंद्यातील मजा तो चवीने सांगे.

सखा आपला धंदा वाढवत होता. गावात भजनी मंडळ होते. कापणी झाल्यावर, नाही तर यात्रेच्या दिवसात ते यात्रा काढत. सख्याला फार डिमांड. एक तर सखा जेवण्या होता. वांगं, बटाटा, चवळीची भाजी तो मटणासारखी बनवायचा. रात्री भजनात रंगायचा, नाही तर पत्ते कुटायचा. वर्षातली ती आठवड्याची सुटी सोडली तर सखा आत्याच्या मयताच्या दिवशी पण मंगळवार आला म्हणून दुकान बंद ठेवायला तयार नव्हता.

सखा हे रसायनच वेगळे होते. अध्यात्म त्याने कोळून प्यायले होते. समोरून नरेंद्रमहाराजवाले आले की, त्यांचे बिल्ले तो पुढे काढून ठेवी. भक्तांची येण्याची वर्दी त्याचा पुतण्या त्याला देई. पार्किंगचा बिझिनेस सख्याने त्याला थाटून दिला होता. राजकारणात नसला, तरी सखा पक्का राजकारणी होता. उपसरपंचाला रोज भागीदारीचा वीस टक्के हिस्सा कबूल केला होता. जागा ग्रामपंचायतीची. पहिलेच दुकान सख्याचे. पलीकडची खानावळ सख्याचे दादा-वहिनी चालवायचे.

सखा धंद्यात मुरला होता. लोकांना देवाची आणि श्रद्धेची भीती घालून तो कुटुंब चालवायचा. तरी सखा मोटारसायकल घेऊ शकत नव्हता.

सख्याची आई आजारी पडली. वैद्य थकले, तालुक्यातले डॉक्टर थकले. आईचे आजारपण वाढतच गेले. जिल्ह्याच्या ठिकाणी ठेवायची वेळ आली. सख्याला आता रुग्णालयातले राजकारण समजू लागले. डॉक्टरमंडळी आपल्याला घुमवतात असे वाटू लागले. आई बरी होणार नाही, हे त्यालाही कळत होते; पण डॉक्टर आशा लावत होते. एकीकडे सखाही त्याच्या धंद्यात तेच काम करत होता.

शेवटी सर्व उपाय थकले. आईने गणपतीच्या नावाने अन्नपाणी वर्ज्य केले. गावी नेण्याचा हट्ट आईने धरला.

अंगारकी चतुर्थी होती. सख्याचे दुकान बंद होते. पहाटेच सखा गाभाऱ्यात भिंतीला टेकून होता. पुजाऱ्यांनी चांदीची मूर्ती पाण्यात ठेवली होती. सख्याने

डोळे घट्ट मिटून घेतले होते. साजूक तुपाचे निरांजन तेवत होते. सख्याच्या नजरेसमोरून विकलेली श्रद्धा, लांड्यालबाड्या सरकत होत्या.

निरांजन विझले. कुणी तरी घट्ट हाताने सख्याला उठवले— घराकडे नेले!

पुढचे विधी सख्याने निर्विकारपणे उरकले!

□□

१६. श्रद्धा की अंधश्रद्धा?

आजही पेपर उघडला की, माझी नजर तिसऱ्या पानावर जाते. स्वत:ला प्रगत विचारांचा समजणारा मी हळूच प्रथम 'आजचे राशी भविष्य' वाचत असतो. दिवसाचा ठोकताळा बांधतो आणि विसरूनही जातो. अगदीच वाईट असेल, तर थोडीशी काळजी घेतो. रविवारी आठवड्याचे भविष्य पाहतो; विसरून जातो, तरी सवय सुटत नाही. जगाला नावे ठेवता-ठेवता टीव्हीवर कोणता बाबा भविष्य सांगत असेल, तर आपली रास येईपर्यंत वाट पाहतो. कान लावून ऐकण्याचा प्रयत्न करतो. सर्व झूट आहे, हे कळत असूनसुद्धा वळत नाही.

याचं कारण मी लहान असताना माझ्या बाबांनी कुणा कोचरेकर नावाच्या माणसाकडून माझी कुंडली बनवून घेतलेली आणि नेमके तसेच्या तसे माझ्या आयुष्यात घडत गेले. ते पाहिल्यावर विश्वास बसला. कितीही अभ्यास केला तरी कुंडली शास्त्रच आहे, हे काही मनातून जात नाही. या विश्वासावरच अनेक

वेळा मी कुंडल्या मांडल्या. अनेकांकडून काढून घेतल्या. थोतांड आहे, म्हणून मित्रांच्यात भाष्य केले तरी खासगीत नवनवीन मार्गाने भविष्याचा वेध घेतच राहिलो. स्वत:ला रूढी-परंपरेत न अडकलेला इसम, असे समजत असतानाही कुठे तरी ग्रह ताऱ्यांचा धाक मनावर असतोच.

मुंबईत एक प्राध्यापक बाई होत्या. साठीच्या पुढच्या, महाविक्षिप्त. पूर्वनियोजित वेळ पाळली नाही तर दारातूनच परत पाठवायच्या. शौक म्हणून कुंडली पाहायच्या. मित्राच्या ओळखीतून मी तिथे पोचलो. तेव्हा मला जिल्हा सरकारी वकील बनायचे होते. त्यांनी तंतोतंत अंदाज केला. त्या आधी लग्नाचे वेळीही नेमक्या अडचणी सांगितल्या, उपाय सांगितले, धोके दाखवले. माझा विश्वास बसला. मी आणखी काही जणांना त्यांच्याकडे पाठविले. त्यांचा धंदा वाढला. माझे मित्र माझ्यापेक्षा जास्त भारावले. अंकशास्त्राच्या आधारे भूतभविष्य सांगणारी आजी म्हणून ती प्रसिद्ध झाली.

एकदा मित्र भेटला. त्याच्या हातातली अंगठी मी पाहिली. निरखून पाहिली. त्याच्या अंगठीत माझ्या अंगठीसारखेच आकडे त्याच क्रमाने लिहिले होते. तोही वकील. पण दोघांची कुंडली सारखी कशी? कोडे काही उलगडेना. तो आणि त्याच्याकडचे सारे खानदान आजीच्या प्रेमात पडलेले. तिच्या अंकशास्त्रावर त्याचा भारी विश्वास. तिने सांगितले तेवढे सर्व उपाय त्यांनी केले. वशिला आणि मेहनत यांचा सुरेख संगम साधून त्याने प्रगती केली. मदार मात्र त्या कुंडलीशास्त्रावर ठेवली.

माझ्या लग्नाचे वेळी त्या आजींनी 'हे लग्न ठरेल, पण महिन्याच्या आत घरातील जेष्ठ सदस्य जाईल' असे सांगितले होते. काय आश्चर्य! अठ्ठाविसाव्या दिवशी अचानक माझी आजी गेल्याचा फोन आला. लग्न मोडायचा विचार मनात आला; पण 'हे असेच होणार होते', असा विश्वास त्या बाईंनी दिला. खरं तर माझ्या आजीचे दिवस भरलेले. वयाच्या सत्त्याऐंशिव्या वर्षी ती सुटली होती; पण विश्वासाची जागा अंधविश्वासाने घेण्यासाठी असे ठोकताळे उपयोगी पडतात, तुम्हाला ते मानसिक अपंग करतात.

मला खासदारकीचे तिकीट अचानक जाहीर झाले. उसंत नव्हतीच. घेतलेली वेळ पाळता आली नाही, त्यामुळे कुंडलीत डोकवायचे राहूनच गेले. वीस दिवसांनी उमेदवारी बदलली. मी हताश होऊन पुन्हा कुंडली दाखवली. तिने माझी चांगलीच हजेरी घेतली. फसवणूक होणारच होती. उपाय काही नाही म्हणाली. मी पुन्हा तिची पायरी चढलो नाही, पण हातातल्या अंगठ्यापण

उतरवल्या नाहीत.

कधी परदेश प्रवासाला गेलो तेव्हा अंगठ्या काढल्या, म्हणून काही वाईट घडले नाही आणि सणाला पुन्हा त्या बोटात चढवल्या, म्हणून फार काही चांगलेही घडले नाही.

मधेच मला फेंगशुईचे खूळ लागले होते. मिळतील ती पुस्तके वाचली. एका मुस्लिम मित्राकडेही तेच. मार्केट सर्व त्या चिनी वस्तूंनी भरलेले. आपल्याला मूर्ख बनवून बाजारपेठेवर त्यांनी कब्जा मिळविला, त्याचा व्यापाऱ्यांनीही धंदा केला. अशी पुस्तकेही खूप संपतात. हळूहळू ज्या मार्गाने ते बेडूक, नाणी, हॅपीमॅन आले; त्याच मार्गाने ते अडगळीतही गेले. आजही कुणाकडे तो हॅपीमॅन पाहिला की तो आपल्याला मूर्ख बनवतोय, असे वाटते. निदान माझ्यातरी मूर्खपणावर तो खदखदून हसतोय, असेच मला वाटते.

अशी हसणारी ढेरपोटी माणसे, तोंडात चिनी नाणे घेतलेले कासव, पाण्यात ठेवलेली फुले, तीन पायांचा बेडूक...याचा पगडा सामान्य व दगदगीतल्या माणसांवर इतका बसतो की, तो त्या अशुभ लाटांच्या भीतीनेच वाकतो. त्या घंटा...किणकिणणारे वाऱ्यावर झुलणारे आवाज यांनी आपली माजघरे पोखरून टाकलीत. हे पूर्ण जाण्याची शक्यताच नाही, कारण देव्हाऱ्यातले दासबोध आणि ज्ञानेश्वरी आपल्याला अर्थहीन वाटायला लागलेत. संध्याकाळी परवच्या म्हणणे मागासलेपणाचे वाटायला लागले. एकीकडे आपण देवापुढे निरांजन लावायचे सोडून दिले, लामणदिवा विसरलो; पण दुसरीकडे वास्तुशास्त्राच्या नादाला लागून बापाने बांधलेली जेवणखोली तोडून आग्नेय दिशेला गॅसचा ओटा घेऊ लागलो. ईशान्येला नळ घेणे शक्य नसले, तर नगरपालिकावाल्याला पैसे देऊन अख्खी पाईपलाईन बदलून घेतली जाते. हे वैचारिक परावलंबित्व आपल्याला मागे खेचते, हे कळत असूनसुद्धा वळत नाही. एखादी चांगली घटना घडली की, केलेल्या बदलाचा परिणाम म्हणून आपण तिचा संबंध लावतो. पण त्याच वेळी मधल्या काळात मनाविरुद्ध घडलेल्या घटना काही तरी कमी राहिले म्हणून घडल्या, अशी स्वतःची समजूत घालून घेतो.

अजूनपर्यंत गणपतीच्या पहिल्या दिवशी मी घरातून बाहेर पडत नाही. पण त्याच चंद्राचे दर्शन ग्रहणात मात्र न चुकता मनात साठवून ठेवतो. चतुर्थीला त्याचे दर्शन घेऊन मगच उपास सोडायचे दिवस आता गेले, तरी कोजागरीला त्याचे प्रतिबिंब दुधात पाहिल्याशिवाय मन रमत नाही आणि कोजागरी साजरी होत नाही.

अजूनही मांजर आडवं गेलं की, पाय थबकतात. मग ती उजवीकडून डावीकडे, की डावीकडून उजवीकडे गेली याचा विचार सुरू होतो. मग 'राम राम' म्हणत कामाला निघतो. कधी तरी अचानक रस्त्यातून मुंगूस आडवा जातो. तो दुडुदुडु धावणारा मुंगूस काही तरी शुभ घटना घडवेल, असे वाटत असतानाच कचकन ब्रेक लावायची वेळ येते आणि गाडी ठोकता-ठोकता आपण थांबतो. मग लक्षात येते की, मुंगूस डावीकडे गेला होता! हा मनाचा खेळ अखंड चालू असतो. आपण स्वतःच्या चुका मात्र कबूल करायला तयार नसतो.

लहानपणी मी दोन गोष्टींना खूप घाबरायचो. एक म्हणजे, काळोख आणि दुसरे म्हणजे, अंगात येणाऱ्या बायका. गावाला घराघरांतून अशा दुर्लक्षित बायका असायच्याच. मग तिच्या अंगात अचानक केव्हा तरी यायचे. बसल्याजागी ती ओरडायला लागायची. केस सोडायची, हातवारे करायची. 'वारं आलं' म्हणून अनुभवी पुरुष तिला शांत करायचे. तिची ओटी भरली जायची. तिचा आवाज अचानक पुरुषी व्हायचा. मोठ्या दमात ती हुकूम द्यायची. मानपान चुकल्याचे सांगायची. आमची पळापळ व्हायची.

एक बाई तर अंगात आली की, धावत सुटायची. कोंबड्याची मान पिळायची. रक्त प्यायची. तिच्या अंगात उग्र देवता होती म्हणे. त्या देवतेने तिची परिस्थिती कधी सुधारली नाही. शेवटी-शेवटी तर तिला वेड लागले. अंगात येणे हा मानसिक रोग आहे, हे समजेपर्यंत आमचे बालपण आणि गावाचे गावपण दोन्ही संपून गेले होते. मुंबईला नोकरी करणारी तिची पोरे मात्र देवीचा कोप झाला म्हणून अजून नशिबाला दोष देतात.

गावाला गणपतीबरोबर गौरी यायच्या. त्या रात्री एकाच वेळी अनेक बायका घुमू लागायच्या. जिभेवर पेटता कापूर ठेवायच्या. तोंडात तो विझवायचा. चिरांट्यापेक्षा कडू असणारे कवंडाळ नावाचे फळ अगदी रसाळ फळासारखं चोखायच्या. हा सोशिकपणा कसा आणि कोठून येतो, ते समजायचे नाही. मन भावुक व्हायचे. भक्तीवर शिक्कामोर्तब व्हायचे. काही खेडेगावात पाठीला हूक लावून भक्त देवळाला प्रदक्षिणा घालायचे. उरसामध्ये मुस्लिम काझी जिभेतून आणि गालांतून सुया आरपार घालायचे. निखाऱ्यांवरून चालायचे. त्या दैवी शक्तीसमोर आम्ही नतमस्तक व्हायचो. अंगात येणाऱ्यांना मोठा मान असायचा. भगतांनी सांगितलेले उपाय गावकऱ्यांच्या पचनी पडायचे. कोणी तरी आपल्या वाईटावर आहे, याची भीती सतत असायची. गावात वाढलेल्या आणि गावातून शहरात आलेल्या प्रत्येकाला अंधश्रद्धेचे बाळकडू असेच पाजलेले असते. किती

सुधारले, तरी ती काही जात नाही. परिस्थितीने घटना बदलतात; पद्धती बदलतात, इतकेच.

गणपती दूध पितोय कळल्यावर आम्ही हातातले काम टाकून देवळात धावतो. वृत्तवाहिन्यांमुळे आणि नेटमुळे काही मिनिटांतच सारा भारत देवाला दूध पाजू लागतो. आमचे मनोहरपंतही मुख्यमंत्री निवासात त्यांच्या गणपतीने दूध स्वीकारले म्हणून सांगतात. त्या क्षणापुरता तो भास खरा वाटतो. त्यातूनच गावात कधी तरी सोन्याचा गणपती मिळतो. लोक रांगा लावून दर्शन घेतात. यात्रेसारखी दुकाने शेतात थाटली जातात. भर ओसरला तरी गणपतीची पाटी तशीच राहते; फक्त नंतर लक्षात येते की, गणपती सोन्याचा नव्हताच मुळी आणि तज्ज्ञांच्या सांगण्याप्रमाणे तो पुरातनही नव्हता!

दिवेआगरचा सोन्याचा मुखवटा मोगलांच्या भीतीने जमिनीत दडवलेला मिळतो. पोलीस स्टेशनमधून तो सोडवला जातो. देवस्थानचा ट्रस्ट होतो. मुखवटा आणि पेटारा पाहायला रांग लागते. दुकाने थाटून गावकरी जागा अडवतात. त्यात जोरदार खानावळी चालतात. घरामध्ये खोल्या वाढवून गेस्ट हाऊस थाटले जाते. गणपतीचे गाव म्हणून दिवेआगर प्रसिद्ध होते. समुद्र तोच, पण गणपतीमुळे नावारूपास येते. गावाचे रूप बदलते. आचार-विचार बदलतात. सर्व जण पैसेवाले होतात. गणपती जागृत असतो.

एके दिवशी चोरटे डाव साधतात. मुखवटा पळवतात. भर देवळात रक्ताचा अभिषेक होतो. दोन गावकऱ्यांचे मुडदे पडतात. 'देव देव्हाऱ्यात नाही' अशी स्थिती होते. थोडे दिवस गावावर सुतक येते. चोरटे देवाचे तुकडे-तुकडे करतात. कुठे चोरी झाली म्हणून चवीने बघायला पर्यटक येतात. ट्रस्टींना बदलले जाते. लोक देवावर टीका करतात. देव आहे असे मानणारे थोडे दिवस हळहळतात. नंतर पर्यटकांना दुसरे कसले आकर्षण दाखवायचे, या विचारात पडतात.

कॉलेजला असताना रात्री वेळ कसा घालवायचा, हा प्रश्नच असायचा. मुंबई-पुण्यासारख्या व्याख्यानमाला किंवा स्पर्धा नसायच्या. कुठून तरी प्लॅन्चेट पाहून आलो. ती कॅरमवर फिरणारी वाटी पाहताना गूढ वाटे. कितीही प्रामाणिकपणे ढकलली नाही, तरी वाटी सरके. आधी वाटे, वाटीत साठवलेला उदबत्तीचा धुरामुळे वाटी सरकते. नंतर आम्ही एकमेकांवर संशय घ्यायचो. पण सरकणारी वाटी नेमकी 'येस' किंवा 'नो' वर सरकायची. बोलावलेला आत्मा अडाणी असला तरी इंग्लिश वाचायचा. नेमकी जन्मतारीख सांगायचा. अगदी टिळक,

आगरकरही आमच्या मुठीत असायचे. ज्याच्या घरात आम्ही हे उद्योग करायचो, त्याचे पहिले बाळ गेले. त्या बाळाची काढलेली जन्मतारीख चुकली. त्या दिवसापासून प्लॅन्चेट आणि कॅरम दोन्ही बंद पडले.

माझेच काय, तुमचेही असेच होत असेल. प्रत्येकाच्या मनाचा एक कोपरा रिकामा असतो. त्याच्यात अशा आठवणी, संस्कार कोनाडा शोधून लपलेल्या असतात. संकटाच्या वेळी त्या उफाळून येतात. नवयुगाचा आणि आधुनिकतेचा बुरखा फाडून त्या आपल्या मनावर आरूढ होतात.

मग आपली पावले आपोआपच मंगळवारी सिद्धिविनायकाकडे वळतात. सत्यनारायण दिसला तरी प्रसादासाठी आपला हात पुढे होतो.

मांजर आडवी गेली की, मन थबकते.

बोटात पोवळे, मोत्याच्या अंगठ्या चढतात.

नारायण नागबळी आणि त्रिपिंडीदान होते.

माऊंट मेरीला मेणबत्त्या जळतात.

पीरबाबाला चादरही चढवतात.

साईबाबांना सोन्याने मढवतात.

आपल्या पापांचा भार देवावर टाकतात!

❏❏

१७. बागुलबुवा

लहानपणी माडीवर जायला आपल्या सर्वांनाच भीती वाटायची, कारण सर्व जण वरती बागुलबुवा असल्याची भीती दाखवायचे. खरं कारण, वर्षाची सर्व साठवणूक वर असायची. जिन्याला कठडा नसायचा आणि आमच्या पराक्रमांवर घरच्यांचा अतिविश्वास असायचा.

हा बागुलबुवा आपल्या डोक्यातून काही केल्या जात नाही. पुढे अनेक वेळा तो निरनिराळ्या वळणांवर आपल्याला हुलकावण्या देत असतो, घाबरवत असतो. आपण नोकरी-धंद्याला लागतो. कुटुंबाची जबाबदारी वाढते. सरकारी नोकरीत असलो; तर कामाची इच्छा नसेल, तर मेंदू गंजू लागतो. निवृत्त होताना डॉक्टर मागे लागतो. मग आयुर्वेद आणि योगशास्त्र आठवते.

'एस. डी. म्हात्रे, निवृत्त तहसीलदार' हे नाव दारावर झळकत होते. तहसीलदार म्हणून आयुष्यभर फक्त धाव-धाव धावले. संघटना बांधली, मासिक

चालवले, बरेच काही केले. मुले मोठी झाली. लग्न होऊन गेली. निवृत्तीपूर्वीचा काळ मोठ्या शहरात गेला. त्यामुळे संबंध वाढले, ओळखी वाढल्या. लोकांची कामे करणारा, सर्वांचा मान राखणारा साहेब म्हणून नावलौकिक मिळविला. यथावकाश निवृत्त झाले. स्वत:च्या आयुष्यावर ते खूष होते.

सरकारी नोकरीत अनेक प्रकारची माणसे रोज भेटत असतात. त्यात राजकीय कार्यकर्ते असतात, स्वत:ला समाजसेवक म्हणवणारे असतात. त्यांची मंत्र्यांकडे ऊठ-बस असते. काहींना कोर्टकचेरी करायला भरपूर वेळ असतो आणि गुंतवणूक म्हणून अशा गोष्टींकडे पाहण्याची त्यांना व्यापारी सवयही असते. आयुष्यभर नाव कमवूनही एक प्रकरण म्हात्रेसाहेबाच्या मागे चिकटलेच. चौकशी सुरू झाली. सुरुवातीला साधे वाटणारे प्रकरण पेपरवाल्यांच्या हाती सापडले.

झाले! बातम्या रंगू लागल्या. 'भूखंड घोटाळा' ,'आदिवासींची जागा उद्योगपतीच्या घशात' लोंकानी भुवया उंचावल्या. लेखमाला सुरू झाली. चर्चा रंगली. प्रकरण कोर्टात गेले. तहसीलदार म्हणून कधी तरी कूळ कायद्याचे प्रकरण चालले होते. आदिवासींना शहराजवळच्या मोकळ्या मैदानात नाव लावून पाहिजे होते.

प्रत्यक्ष झोपड्या आदिवासींनी अतिक्रमण करून बांधल्या होत्या, त्या झोपड्या तलाठ्यांनी प्रत्यक्ष जागेवर पंचनामा करून उताऱ्यात दाखविल्या होत्या. मामलेदार म्हणून त्या प्रकरणाची रीतसर सुनावणी झाली होती. अगदी कोर्टाच्या निकालासारखा निकाल देण्यात आला होता. त्याविरुद्ध ज्या संस्थेच्या चालकाने सरकारकडे तो भूखंड मागितला होता, त्या समाजसेवकाने अपील केले होते. अपिलात काही आदिवासी गळाला लागले; मग त्यांची प्रतिज्ञापत्रे झाली. काही आदिवासींनी एका शिक्षण संस्थेशी व्यवहार केला होता, त्यासाठी परवानगी मिळविली गेली होती. शिक्षण संस्था चालू झाली. आता एका जागेसाठी दोघे जण भांडू लागले डावपेच आखू लागले प्रकरण मंत्रालयात गेले. हायकोर्टातही गेले. मंत्रालयात तडजोड झाली. जागा वाटून घेण्याचे ठरले.

यात कुठेही खालचे महसूल अधिकारी सहभागी नव्हते. त्या वेळचे तलाठी, सर्कल, तहसीलदार बदलून तरी गेले होते; नाही तर निवृत्त तरी झाले होते. प्रकरण रेंगाळत गेले होते. लोक प्रकरण विसरून गेले. तहसीलदारांची ऑर्डर कधीच कुणी रद्द ठरविली नाही; उलट अपिलातही ती ऑर्डर वस्तुस्थितीला धरून असल्याचे जाहीर झाले. पण तरीही एका पार्टीने लाचलुचपत खात्याकडे

तक्रार केली, चौकशी संथ गतीने सुरू झाली. जाबजबाब झाले. निवृत्तीनंतर सुखी संसारात रमलेल्या तहसीलदारांना मोठ्या शिताफीने अटक करण्यात आली. त्यांच्या पाठोपाठ सर्कल, तलाठी— सर्व ताब्यात आले. मान म्हणून त्यांना बेड्या पडल्या नाहीत, इतकेच. बातमी सर्व पेपरांत झळकली.

अशा वेळी हितशत्रूंचा पहिला फोन येतो. म्हात्रेंचेही तेच झाले. जामिनावर सोडवायला गोतावळा जमला. खरे तर, अर्धे लोक कशी धिंड निघाली, तेच बघायला आले होते.

गर्दीत चर्चेला उधाण आले होते. असलेला-नसलेला सर्व हिशेब निघत होता. पोलीस तपासात घरझडती झाली, रेकॉर्ड तपासण्यात आले; जमिनजुमला, दागदागिने सार्‍यांचे हिशोब झाले. पंचनामे झाले. काहीच वावगे मिळाले नाही. त्या ऑर्डरच्या काळात तहसीलदाराच्या खात्यात ना आवक होती, ना जावक होती. प्रॉपर्टी खरेदीसुद्धा झाली नव्हती. जी काय प्रॉपर्टी होती, ती जुनी होती. लाचलुचपत खाते हात चोळत परत गेले. जामीनही झाला. तहसीलदार तरीही मान वर करू शकत नव्हते, गावात फिरू शकत नव्हते. जावई, सुना यांच्या नजरेतसुद्धा त्यांना संशय दिसत होता.

ही आप्तांची नजर भारी वाईट असते. समोरच्या व्यक्तीच्या धीराची ती पार वाट लावून टाकते. प्रकरण उडवून लावायचे, तर लोक 'निगरगट्ट' ठरवतात; खाली मान घालून वावरायचे, तर 'पश्चात्ताप झालाय', असे बोलतात. या काळात जगावे तरी कसे, असा प्रश्न पडतो. म्हात्रे स्वत:शीच लढाई लढत होते. त्यांचे वागणे-बोलणे धास्तावलेले होते. या वादळात म्हात्रे पार भरकटले होते. उद्ध्वस्त झाले होते. मानसिक ताण त्यांना सुखाने झोपू देत नव्हता. त्यांच्या आदेशाचा ज्याला फायदा झाला, तोही आरोपी होता. तो जबाबदारी घ्यायला तयार झाला, पण मानहानी कशी भरून निघणार? तो श्रीमंत होता, शिक्षणसम्राट होता; पण कागद थांबवू शकत नव्हता. केस काढू शकत नव्हता.

चार-पाच वर्षांनी सावकाश तपास पूर्ण झाल्यावर नेहमीच्या पोलिसी भाषेत 'भरपूर पुरावा मिळाल्याने' कोर्टात दोषारोपपत्र दाखल झाले. आयुष्यभर मानाने जगलेल्या अधिकाऱ्याला मान खाली घालून आरोपीच्या पिंजऱ्यात हाताची घडी घालून बसावे लागले. तारखांना हजर राहावे लागले. कोर्टाची मर्जी सांभाळावी लागत होती. हा सर्व तोंड दाबून बुक्क्याचा मार सहन करावा लागत होता. कुणाला काय सांगणार? शेजाऱ्यापाजाऱ्यांना काय सांगणार? त्यांची सहानुभूती नकोशी वाटायची. ती आपुलकी किळस आणायची. साधी चौकशीसुद्धा नकोशी

वाटायची. लाचलुचपत खात्याचे अधिकारीही आता निवृत्त झाले होते. त्यांनाही खटल्यात फारसा रस राहिला नव्हता. कदाचित त्यांचे मन त्यांनाच खात होते. त्यामुळे खटला आणखी रेंगाळत होता. मूळ तक्रारदाराला तडजोडीत जागा मिळाली होती. त्याने ती डेव्हलपरला दिली होती. आदिवासीच्या झोपड्यांची घरे झाली होती. त्यात भाडोत्री राहत होते. शिक्षणसम्राटाला शाळेपासून कॉलेजपर्यंतच्या परवानग्या मिळाल्या होत्या. तमाशा झाला होता तो सरकारी अधिकाऱ्यांचा. तलाठी, तहसीलदार, सर्कल पिंजऱ्यात चुळबूळ करीत होते.

तारीख जवळ आली की, आरोपींच्या डोळ्यांसमोर काजवे चमकायचे. जाता- जाता कोर्टाने कपाळावर शिक्का मारला तर? उसने अवसान आणून कणा ताठ ठेवण्याचा प्रयत्न व्हायचा; पण मनाचे काय? ते तर केव्हाच वाकले होते. तो तलाठी, सर्कल सफारी घालून येत होते. त्यांच्याकडे निवृत्तीनंतर बक्कळ पैसाही जमला होता. एकाच्या मुलाने भाड्याच्या गाड्या सुरू केल्या, दुसऱ्याने गावाला मिळकती बिनशेती करून देण्याचा सपाटा लावला होता. बिनभांडवली धंदा होता. एकदा कोडगे व्हायचे ठरविले की, काय फरक पडतो? मंडल अधिकारी शानमध्ये कोर्टात हजर राहायचा. वरती 'साहेबांचे होईल ते माझे होईल' अशी पुस्ती जोडायचा. साहेबांनाच धीर द्यायचा. आधीच साहेबांना ऐकू कमी यायचे, त्यामुळे ते आणखी गंभीर बनायचे. मग अंदाजाने ऐकायचे— तो तसेच का बोलला? याचा विचार करण्यात बराच वेळ जायचा. थोड्या वेळानं कळायचे की, ऐकण्यातच चूक झाली. म्हात्रे तहसीलदार ओशाळायचे. आणखी गंभीर व्हायचे. नशिबाला दोष द्यायचे, भर वस्तीत उभ्या-उभ्या अज्ञातवासात जायचे. मग इतिहासात रमायचे.

कर्मचाऱ्यांसमोर केलेली भाषणे त्यांना आठवायची. मोर्चे आठवायचे. झगडलेले दिवस समोर दिसायचे. आणीबाणीतले प्रसंग आठवायचे, संपादकीय मथळे आठवायचे, तहसीलदार आणखी इतिहासाच्या खोल डोहात गुंतत जायचे. जे इतरांच्या आयुष्यात होते, तेच म्हात्रेंच्या घरात घडत होते. सुशिक्षित पत्नीचे अशिक्षित बोल मनाला टोचण्या देत होते. पत्नी दुःखाने कुढत होती, तिच्या परीने वनवासात ती नवऱ्याला साथ देत होती. पण शेवटी स्वभाव आडवा यायचाच. सहज म्हणून ती काही सल्ला द्यायची, चिडचिड व्हायची आणि चार खोल्यांच्या त्या फ्लॅटमध्ये ते दोन म्हातारे जीव दोन खोल्यांत वाटले जायचे..

सुदैवाने न्यायाधीश चांगले निघाले. दोषारोप ठेवण्यापूर्वीच आम्ही सुनावणी मागितली. सर्व परिस्थिती कोर्टासमोर ठेवली. त्या हजारो पानांतून तहसीलदारविरुद्ध

असलेला पुरावा वेगळा काढला. तो अगदीच तकलादू होता. तहसीलदाराचे आदेश योग्य होते. लाभाकरता आदिवासींचा वापर होत होता. तहसीलदार म्हात्रेंची ऑर्डर तर वरपर्यंत कायदेशीरच ठरली होती. शिवाय निवृत्तीनंतर चार वर्षे झाल्यावर लाचलुचपत खात्याने प्रकरण उकरून काढले होते. त्याला कायद्याचा आधार नव्हता. उच्च न्यायालय व सर्वोच्च न्यायालयाचे संदर्भ निकाल सरकारी अधिकाऱ्यांच्या बाजूने होते. सर्व रामायण घडविलेले तक्रारदार त्यांचे ईप्सित साध्य झाल्यावर कोर्टात फिरकलेच नाहीत. लाचलुचपत अधिकाऱ्यांना आणि सरकारी वकिलांना आपल्या दोषारोपांचे समर्थन करता आले नाही. तहसीलदार निर्दोष सुटले. मुख्य म्हणजे, दोषारोप न ठेवता सुटले. त्यांच्या पाठोपाठ इतर आरोपीही बाहेर पडले. म्हात्रे तहसीलदारांची नजर गोठली होती. सारा वनवास नजरेसमोरून गेला. कोर्टाने बदनामीचा शिक्का पुसला होता. सरकारपक्ष अपिलातही गेले नाही. पण घर तुटले होते. मनाचा चिरेबंदी वाडा उद्ध्वस्त झाला होता. पाय थरथरत होते. कंठ दाटून आला होता... कायद्याचा बागुलबुवा झाला होता. न केलेल्या चुकीबद्दल त्याने म्हात्रेंना वनवासात पाठवले होते.

□□

१८. धर्म

'मी हिंदू असल्याचा मला अभिमान आहे.' असे किती तरी जण मोठ्या अभिमानाने सांगताना, वावरताना दिसतात— तसे आता फॅडच आले आहे.

'गर्व से कहो हम हिंदू है!'चा नारा उठला आणि अनेक जण कपाळाला भगव्या रिबिनी लावून रस्त्यावर उतरले. अशा 'लाटा' अधून-मधून येत असतात. पण लाटांची 'सुनामी' कधी होताना दिसत नाही. वावटळ उठते, इतकेच.

जो-तो, ज्याच्या-त्याच्या आकलनाप्रमाणे अशा घोषणा पचवतो किंवा पसरवतो. काही काळापुरत्या त्या बऱ्याही वाटतात. स्थानिक परिस्थिती आणि अन्यायाची भावना यामुळे अशा अनेक घोषणा प्रसिद्ध होतात.

'मै अण्णा हूँ!'चे भाषांतर 'मी अण्णा हजारे' झाले पण पुढे त्यांचे अनुकरण 'मी अरविंद केजरीवाल'पर्यंत झाले, हे थोडे अतीच होते. आता तर काय म्हणे— 'मै आम आदमी हूँ!' चालू दे, बिचाऱ्या 'आम आदमी'चे जोरात

मार्केटिंग चाललेय. तसा कोणताच धर्म, पंथ, जात, विचार वाईट नाही; पण त्याचे आंधळे अनुकरण समाजव्यवस्था बिघडवते. प्रांतवाद, जातीयवाद, धार्मिकवाद वाईट नसतो; पण पोटाची खळगी विसरायला लावायला या वादाच्या अफूची गोळी लोकांनी खावी, असे काहींना वाटत असते. आश्चर्य म्हणजे, अनेकांना त्यात यश येते. बऱ्याच जणांना ती गोळी लागूही पडते.

बरं, धर्माच्या लोकांना धर्माने चालण्याची सवय असतेच, असे नाही. उलट; दुसऱ्याचा द्वेष करूनच आपल्या धर्माचा प्रचार होईल— प्रसार होईल, अशी काहींची ठाम समजूत असते. नेमकी हीच मंडळी व्याख्यान, निरूपण देत असतात. आपल्या धर्मग्रंथांवर त्यांची अमाप श्रद्धा असते आणि दुसऱ्यांच्या धर्मग्रंथांचा त्यांचा अभ्यास असतो, असे दाखवायचा त्यांचा प्रयत्न असतो.

कधी तरी एक डॉक्टर महाशय टीव्हीवर चमकायचे. कुराणासोबतच वेद, गीता आणि अन्य अनेक धर्मग्रंथांचे पुरावे द्यायचे— अगदी तोंडपाठ. समोरचा तर आश्चर्यचकित व्हायलादेखील विसरायचा. असे वाचस्पती खूप चमकतात. पण सर्वांचा हेतू प्रामाणिक असतोच, असे नाही. केवळ आपल्या वाणीनेच तीन तास जागेवर खिळवून ठेवणारे समोरच्या डोक्यात **'केमिकल लोचा'** करतातच, असे नाही. आणि लोच्या झालाच, तर तो अंधश्रद्धेचा होतो. लोक नेमका उलटा अर्थ घेऊन व्यक्तिपूजेला लागतात. सर्वांना 'महात्मा' होता येत नाही आणि 'विवेकानंद'सुद्धा होता येत नाही.

'धर्म' हा मोठा विषय आहे. धर्मावर बोलण्याची आपली लायकी नाही, असाच आपल्या सर्वांचा समज असतो. तो मक्ता आपण टीव्हीवर भाषण ठोकणारे आणि राजकारणी, धर्मप्रसारक यांना दिलेला असतो. दुर्दैव हे की, हीच मंडळी स्वत:ला फसवत असतात. कोणत्याही धर्मशास्त्रात दुसऱ्याचा द्वेष करू नका, हाच मथितार्थ असताना नेमके त्याच्या उलट हे प्रचारक वागत असतात. त्यांच्या बोलण्यात मात्र साखरपेरणी असते.

काही जण टाळ्या मिळवण्यासाठी जहाल बोलतात. समोरची गर्दी उसळून उठावी, अशी त्यांची इच्छा असते. अनेक वेळा समोर अनुयायी असतात. त्यांना टाळ्या वाजवायला सांगावे लागत नाही. असे काही महान आत्मे मधून-मधून 'अवतार' घेत असतात.

'कथनी आणि करणी' यांमधला फरक अशा अवतारी स्त्री-पुरुषांना चांगला समजत असतो. त्यांचे दर्शन आपल्याला रोजच्या जीवनात टीव्हीवर होत असते. आचार्य अत्रेंच्या **'तो मी नव्हेच'** या नाटकापूर्वीपासूनच असे भोंदू बाबा तयार

झाले आहेत. हजारो ओळी आजपर्यंत अशा भोंदूपणावर आणि अंधश्रद्धेवर खर्ची झाल्या आहेत, वाचल्याही गेल्या आहेत; तरीही नवनवीन पंथ उदयाला येतच असतात.

त्यातूनच गावोगावी कुंडल्या बघत फिरणारा किंवा हरवलेली वस्तू कुठे मिळेल या प्रश्नावर ज्योतिष सांगणारा कुणी तरी कुडमुड्या ज्योतिषी महाराष्ट्राची शान ठरतो. परंतु अशा व्यक्तींविरुद्ध 'ब्र' काढण्याची हिंमत सहसा कोणा नेत्यांना किंवा तत्त्वनिष्ठ पत्रकारांना होत नाही. कारण शेवटी नेत्याला निवडून यायचे असते आणि पत्रकाराला आपला पेपर चालवायचा असतो. त्यांना सत्संगाच्या आणि दिव्य दर्शनाच्या जाहिराती मिळत असतात.

समोरचे भक्तगण एवढ्या मोठया संख्येने असतात की, त्यांनी ठरविले, तर एखाद्याची आमदारकी किंवा खासदारकी ते सहज बुडवू शकतात. नेत्यांना शेवटी तत्त्वापेक्षा मते महत्त्वाची असतात. मग अशा थोर अवतारी व्यक्तीच्या घरातले श्वान जरी आजारी पडले, तरी चौकशीसाठी व्हीआयपींची रांग लागते.

ही सर्व थोर माणसे ज्ञानी असतातच, असे नाही. पण एवढे मात्र खरे की, ते खऱ्या अर्थाने 'मॅनेजमेंट गुरू' असतात.

ही मंडळी देशात परदेशात प्रसिद्ध होतात. पद्धतशीरपणे प्रसिद्धिमाध्यमांचा वापर करतात, सतत बातम्यांमध्ये राहतात, उच्च दर्जाच्या व्यवस्थापनाद्वारे आपला प्रचार योजनापूर्वक करत असतात; त्याबद्दल त्यांचे कौतुकच व्हायला पाहिजे. नाही तर आपण नाक्यावर उभे राहिल्यावर चार माणसे गोळा होताना कठीण. आपले मत समोरच्याला पटणे मुश्कील. त्याच वेळी कोणत्याही राजकीय पक्षाचा अधिकृत पाठिंबा न घेता ही मंडळी हुकमी लाखा-लाखांच्या सभा सहज पेलू शकतात. त्यांच्या या व्यवस्थापनकौशल्यावर आणि अलिखित संहितेवर एखाद्याला 'पीएच.डी.' सहज मिळू शकेल.

दरबारी येणाऱ्यांनी अशा गुरू महाराजांच्या पुढल्या दहा पिढ्यांची व्यवस्था केलेली असते. सातबाराचे अनेक उतारे यांच्या नावावर झालेले असतात. मंत्र्यासोबत कलेक्टर आणि डीएसपीसुद्धा त्यांच्यासमोर नतमस्तक होतो. ही नेतेमंडळी उंबरठे झिजवताना फक्त मतांचे राजकारण आणि गर्दीचे गणित डोक्यात ठेवून जातात. आपण ज्या पदावर आहोत, ते आमजनतेचे पद आहे आणि आपल्या अशा दरबारात जाण्याने समाजात नको तो संदेश जात आहे, याचे भान अशा पक्षाला किंवा त्यांच्या नेत्याला नसते. दबक्या आवाजात कुणा कार्यकर्त्याने किंवा पीएने त्याबद्दल सुचवले; तर 'गप रे, तुला काय कळते? फार

मोठा माणूस आहे तो!' असे सांगून थोपवले जाते.

आमदार, खासदार, मंत्री, उद्योगपती— एवढेच कशाला, समाजातील उच्चभ्रू व्यावसायिकसुद्धा असे बैठक घालून बसायला लागल्यावर उद्याची चिंता असणाऱ्या सामान्यांनी कपाळी टिळा लावला, तर त्यात आश्चर्य ते कोणते?

आश्चर्य हेच की, राजकारणात शुद्ध चारित्र्याचे समजले जाणारे आणि उच्च पदावर असणारे आदर्श नेतेसुद्धा या कुंभमेळ्यात सामील होतात. नव्हे, अशा थोर अवतारी पुरुषांना 'पद्मश्री' देण्याच्या घोषणाही करतात. टाळ्यांचा पाऊस पडतो, लाखोंची वाहवा मिळते. दुसऱ्या दिवशी पेपरमध्ये रकानेच्या रकाने भरतात. भक्तगण आणखी वाढतात. मार्केटिंग जोरात होते.

अशा व्यक्तींचे पुतळे उभे राहतात. स्मारक उभे राहते. पाणपोया निर्माण होतात. भारतातील सर्वच धर्मांतील अशा युगपुरुषांना सुबुद्धी झाली; तर दारिद्र्य, अशिक्षितपणा, भ्रष्टाचार सहज दूर होईल. पण तसे व्हायचे नसते. ते परवडणारेही नसते. नाही तर यांची दुकानेच बंद होतील! अशा पंथाच्या आहारी गेल्यावर अनेकांचे व्यसन सुटते. काही अंशी ते सन्मार्गालाही लागतात. मॅनेजमेंटचा भाग म्हणून त्याचा विचार होणे गरजेचे आहे. या धर्मगुरूंनी उत्पन्नातले जेमतेम दहा टक्के उत्पन्न समाजाच्या उपयोगी कामाकरिता खर्च केले, तरी बरीच मोठी बिनहिशोबी धनराशी शिल्लकच राहते. यांच्या संदेशात इतकी ताकद असते की, भक्तगण पदरमोड करून प्रत्येक गावात हिरवे स्वप्न साकारू शकतात. वनराई उभारू शकतात, शाळेच्या इमारती दुरुस्त करू शकतात, प्राथमिक आरोग्य केंद्रांत सुविधा उपलब्ध होऊ शकतात. गरीब मुलांना पाटीदप्तर देऊ शकतात. हे सर्व स्वतःच्या तिजोरीला चावी न लावता, भक्तांच्या खिशातून किंवा आरतीत जमणाऱ्या पैशांतून सहज होऊ शकते. पण तसे होत नाही. नावाला कुठेतरी चार दोन झाडे लावून जोपासली जातात. परंतु यांच्या ताकदीप्रमाणे, क्षमतेप्रमाणे एखादी शासकीय योजना दत्तक घेऊन ती पूर्णपणे यशस्वी करताना कुणी दिसत नाही.

श्रद्धेपोटी चांगले-चांगले व्यावसायिक रंगा लावून आपल्या श्रद्धास्थानासाठी शेती लावतात, वाडी साफ करतात— इतकेच कशाला, सेवेपोटी पेट्रोल पंपसुद्धा स्वच्छ ठेवतात. पण ही सर्व सेवा व्यक्तिपूजेसाठी असते. आत्मशुद्धीच्या गप्पा मारताना असा धर्मप्रसारक किंवा तत्त्ववेत्ता सध्याच्या काळात आपल्या संघटनेचा किंवा जनशक्तीचा उपयोग आमआदमीसाठी प्रामाणिकपणे करताना दिसत नाही.

काही धर्मगुरू किंवा अवतारी पुरुष संस्थाने स्थापन करतात. धर्मपीठ स्थापन करतात. स्वतःच्या नावाने पुस्तकेही प्रसिद्ध होतात. रुग्णालये, आश्रमशाळा हेही प्रयोग यशस्वी ठरतात. तेथे दिवसरात्र निःस्वार्थी सेवा केली जाते. अनेकांना त्यांचा फायदाही होतो. अशी ही धर्मपीठे काही काळाकरता प्रसिद्ध होतात. काही आधुनिक विचारवंतांना हे पटत नाही. मग अंधश्रद्धा निर्मूलनवाले तिकडे धाव घेतात. 'नदीचे मूळ आणि ऋषीचे कूळ बघायचे नसते', असा प्रघात असतानाही मग त्या स्वामींचा इतिहास तपासला जातो. अशा शोधक पत्रकारितेची चर्चाही होते. दोन्ही जण आपापल्या परीने बरोबर असतात. एखादी व्यक्ती पूर्वेतिहास विसरून आपल्या भक्तगणांच्या ताकदीवर मोठ्या प्रमाणात समाजसेवा करत असेल, तर त्याचे कौतुकच व्हायला पाहिजे. पण त्याचबरोबर दुसऱ्या मार्गाने तो धंदा बनत असेल, त्यामुळे दुसऱ्या धर्माचा द्वेष करण्याचे अतिरेकी विचार पेरले जात असतील, बुद्धिभेद होत असेल; तर त्याचाही निषेध व्हायला पाहिजे.

शेवटी परिपूर्ण धर्म कोणताच नसतो, तसेच परिपूर्ण धर्मप्रसारक अपेक्षितच नसतो. जो-तो शेवटी धंदाच करत असतो; त्याला फक्त विचारांचा मुलामा दिला जातो. जो-तो त्याच्या सोईप्रमाणे धर्माचा अर्थ लावतो. गरजेप्रमाणे एखाद्याला गुरू मानतो. भक्तांना नेमके काय पाहिजे, याचा अंदाज अशा आदर्श अवतारी पुरुषांना असतो. आता काही माता-भगिनीही या व्यवसायात पाय रोवून उभ्या आहेत. गर्दी जमवणे, हा त्यांच्या डाव्या हाताचा मळ असतो. त्यात त्या पारंगत असतात. त्यातून मग कोणी योगगुरू बनते, कोणी धर्मपीठ चालवते, कोणी परिवार चालवते. प्रत्येक धर्मात हे अवतारी व्यावसायिक उगवतच असतात, बहरत असतात. धर्म कोणताच वाईट नसतो. विचारही वाईट नसतो. उद्देश मात्र चांगला असतोच, असे नाही. धर्माचे ठेकेदार प्रामाणिक असतातच, असे नाही.

तेव्हा जरा जपून...

□□

१९. श्रीयुत बाबूराव टीकेकर

माणूस नावाचा प्राणी अपेक्षांच्या ओझ्याखाली सतत दबलेला असतो. ज्याला अपेक्षा नाहीत, त्याला जीवनाचा मार्गच उमगला नाही, असेच म्हणावे लागेल. थोरा-मोठ्यांच्या गप्पा मारणारे योगिराजसुद्धा यातून सुटले नाहीत, त्यापुढे तुमची- आमची काय तऱ्हा?

अपेक्षा असतात, म्हणून तर जीवनाला अर्थ आहे. 'मी हे निरपेक्ष भावनेने केले.' असे सांगणारे मला ढोंगी वाटतात. निरपेक्ष असे काही नसते. त्यांच्या निरपेक्ष भावनेमागेसुद्धा 'सापेक्ष' अपेक्षा असते. एखादाच भला माणूस शेजाऱ्याच्या आई-बापाची सेवा करतो. आपणास ती सेवा दिसते; त्याला मित्राकडून ना पैसे पाहिजे असतात, की त्याच्या बापाकडून मृत्युपत्राने प्रॉपर्टी पाहिजे असते. आपण त्याचे कौतुक करतो. त्याच्या निरपेक्ष भावनेबद्दल भरभरून बोलतो. जगात चांगल्याचा शोध घ्यायचा असतो. आपल्याला दिसते ती त्याची बाजू स्वच्छ

असते, चांगली असते, समाजाला उपयोगी असते; म्हणून तर त्याची वाहवा होते आणि तशीच ती व्हायला पाहिजे. पण तरीही काहींना खरडवून काढायची सवयच असते. त्यांना प्रत्येक गोष्टीत कटाचा वास येतो. संशयाची पाल चुकचुकते. अनेकांना दुसऱ्याचे सुख पाहून दुःख होते.

शेजाऱ्याच्या मुलाला बक्षीस मिळाले, तर 'त्याच्या आईचे प्रिन्सिपॉलशी चांगले संबंध आहेत ना— म्हणून बक्षीस मिळण्याची खात्री होती—' असे ऐकायला मिळते. एखाद्याला चांगले निवेदन करता येते. तो बिचारा तसे करतोही— निदान प्रयत्न तरी करतो; पण आमच्या बाबूरावला त्याच्यातही फक्त दोषच दिसतो. अशा बाबूरावांना स्वतःच्या आयुष्यात फार काही जमलेले नसते. यांनी कधी माईक हातात धरायचे डेअरिंगसुद्धा केलेले नसते.

टीका करणे आणि फट शोधून काढणे, हाच या बाबूरावांचा छंद असतो. समोरचा कसा चुकला, हेच ते शोधत असतात. त्यांची जीभ जड असते; समोरच्याचे कौतुक करताना ती आणखीनच जड होते. 'छान होते!', 'सुंदर होते', 'उत्तम झाले' असे शब्दप्रयोग त्यांना कधी माहीतच नसतात. चांगल्या पंक्तीला जाऊनही यांना कुणी विचारले, तर 'ठीक होते' इथपर्यंतच त्यांचे कौतुक जाते. जास्तच खोलात शिरलात, तर 'बिरडं काय पावट्यांचे होते काय?' असा प्रतिप्रश्न आलाच म्हणून समजा. 'नाही, थोडे वैस्ट लागले म्हणून विचारले.' अशी शेरेबाजीही मागाहून येते.

समाजातील अशाच बहुसंख्य सदस्यांचा प्रतिनिधी म्हणजेच 'बाबूराव टीकेकर.' टीकेकर हे काही त्याचे खरे नाव नाही, पण त्याला तो बहुमान आम जनतेने दिलेला आहे. बाबूराव पांचाळ एकदा नगरपालिकेला उभे राहिले. माणूस तत्त्वाचा पक्का! नाही म्हणजे नाही. पडलो तरी चालेल, पण वाकून नमस्कार करणार नाही. तशी त्यांनी निवडणुकीची स्वतःची आचारसंहिताच बनवलेली. ''पडलो तरी चालेल, पण...'' या दृढ वाक्यानंतर त्यांनी त्या अलिखित संहितेत पैसे वाटणार नाही, दारू वाटणार नाही, विरुद्ध उमेदवाराची मते फोडायचा प्रयत्न करणार नाही, जातीच्या आधारावर मते मागणार नाही— अशी बरीच आदर्श उपकलमे चिकटवली होती. शेवटी झालेही तसेच. मतदारांनी त्यांना जागा दाखवून दिली. समोरच्या दारूच्या धंदेवाल्याकडून बाबूरावला चांगलीच आपटी खावी लागली.

बाबूरावचा समाजावरील विश्वासच उडाला. आपण एवढे तत्त्वाने जगणारे, पांढरपेशे, समाजाला नेहमी उपयोगी पडतो; तरी या लोकांनी आपल्याला पाडले

म्हणजे काय? त्यांची लायकीच नाही— असे स्वत:च ठरवून बाबूरावांनी समाजावर अघोषित बहिष्कारच टाकला. बाबूराव आता कुणाच्या मयताला जायचा नाही. अंत्ययात्रा निघाली, तरी खिडकी बंद करून घ्यायचा.

बाबूराव तसा ज्ञानी, हाडाचा पत्रकार, चळवळीतला कार्यकर्ता— पण समाजवादी! म्हणजे सगळेच मुसळ केरात. सुरुवाती-सुरुवातीला बाबूरावला समाजात मान फार मिळे. त्याचे वाक्य म्हणजे ब्रह्मवाक्य. त्यात बाबूराव पडला सरळमार्गी. 'कुणाचे म्हणून काही उपकार नको—' अशा ठेवणीतला.

बाबूराव सायकल वापरे. वर्षानुवर्ष सायकल तीच. तिचे तेलपाणीही स्वत:च करायचा. पण परखड विचारांचा. त्याच्यावर प्रेम करणारे लोकही फार. पत्रकारितेतही कधी रुपया खाल्ल्याचे कुणीही सांगणार नाही. पण हाणायचे ठरवले की, हाणणार म्हणजे हाणणारच. पण भारी हेकट माणूस. पटेल त्याच्याशीच पटेल. त्याहीपेक्षा त्याचं ऐकेल त्याच्याशीच पटेल. भक्त तरी किती टिकणार? हा देव कधी कोपेल, त्यांचा काहीच भरवसा नाही. एकदा पिसाळला की, मग काय खरे नाही. समोरच्याची पिसेच उतरवणार!

बाबूरावला खरे तर वकील व्हायचे होते, पण त्याच्या समाजवादी मेंदूत खोट्याबद्दल भारी चीड. वकील म्हणजे खोट्याचे खरे आणि खऱ्याचे खोटे, मग कसे होणार? म्हणून बाबूरावने तो मार्गच सोडून दिला. पुढे अनेक वकिलांना उपदेशाचे डोसही बाबूरावने पाजले आणि त्याच वकिलांकडून कोर्ट-कचेरी करून घेतली, हा भाग वेगळा. पण हो, सर्व काही एका विधायक तत्त्वासाठी. 'अन्याय खपवून घ्यायचा नाही, म्हणजे नाही'— हेच त्याचे ब्रीदवाक्य.

या सरळ मार्गातही अदृश्य वळणे असतात, हे लक्षात यायला खूप उशीर झाला. तोंडावर गोड बोलणारे मागून काय काय नावे ठेवतात, हे त्याला आधीच माहिती असायचे. बाबूराव समोरच्याला आधीच ते सांगून मोकळा व्हायचा. समोरचा चुळबुळ करायचा. थातुरमातुर उत्तरे देऊन काढता पाय घ्यायचा. तोही कधी पायरी झिजवायचा नाही आणि स्वयंभू बाबूरावसुद्धा कधी त्याची पायरी चढायचा नाही.

मूड असेल तर बाबूराव म्हणजे चालता-बोलता इतिहासच. सर्वांच्या कुंडल्या तोंडपाठ! कोणी कुठे शेण खाल्लं, कोण कसा बदमाश आहे— हे सर्व पुराव्यासहित मांडणार. मुद्दे पण असे भक्कम की, समोरच्याची वाचाच बसायची. बाबूरावकडे मंडळी यायची. काही काळ रमायची. ज्यांचा सरळ मार्गावर विश्वास आहे, भ्रष्टाचाराविरुद्ध राग आहे; ते जमायचे. नवीन-नवीन संस्था काढायचे.

संस्था चालायच्या, पण थोडा काळच. बाबूरावचा रामशास्त्री बाणा आडवा यायचा. हाताखालची माणसे व्यवहारी असायची. 'कोणतीही सार्वजनिक संस्था भ्रष्टाचाराशिवाय चालूच शकत नाही' हे कटू सत्य त्यांना हळूहळू उमगायला लागायचे. काही वेळा तत्त्वे खुंटीला टांगून ठेवावी लागतात, तेव्हाच ऑडिट रिपोर्ट मंजूर होतो. सहकार खात्याचे अधिकारी कधी तरी ओली पार्टी मागणारच, हे सत्य त्यांनाही समजायचे. मग सगेसोबती स्वत:च्याच खिशाला चाट द्यायचे. हात ओले करायचे. बाबूरावसमोर येऊन त्याच्या एका फोनमुळेच काम झाले, असे चढवायचे. बाबूराव खूश व्हायचा आणि ऑडिट रिपोर्टही मंजूर व्हायचा.

कधीतरी बिंग फुटायचे. मग साथीदाराला बाहेरचा रस्ता दाखवला जायचा. हळूहळू संस्थेला कुलूप लागायचे आणि कधी तरी पाटी पण उतरवायची वेळ यायची. पण त्याचे सोयरसुतक बाबूरावला नसायचे. व्यसन— मग ते कोणतेही असो— ते वाईटच. बाबूरावला या पराकोटीच्या निष्ठुरतेने झपाटलेले होते. भ्रष्टाचारविरोधी विचारांचा स्फोट व्हायची वेळ आली होती, तरी बाबूरव ऐकायला तयार नव्हता. तिरसट माणसेच तत्त्वासाठी जगू शकतात, हे त्याने खोल मनात कोरून ठेवले होते. याच तिरसट सिद्धांतामुळे बाबूराव विक्षिप्त बनत होता. पण स्वत:च्याच प्रामाणिकपणाच्या व्यसनात गुंतत चालला होता. बाबूराव वाहत चालला होता. त्याचा मार्ग वेगळा होता. काट्यांचा होता, तरी त्याला तत्त्वांचा गालिचा होता. दूरवर ती मखमल त्याला दिसायची. घरी गेला की थकलेले पाय बायकोला दिसायचे.

तिला सिलिंडरला पैसे द्यायला लागायचेच. रॉकेल रेशनवर मिळत नसायचे. मुलाच्या इंजिनिअरिंगसाठी तरतूद करावीशी वाटायची. घरची जमीन झटपट बिनशेती करून पाहिजे असायची. नातेवाइकाला ब्लड बँकेतून तातडीने रक्त पाहिजे असायचे. तत्त्वाची ओढणी कुठे कुठे मिरवणार आणि किती पुरवणार?

बऱ्याच वर्षांनी बाबूराव भेटला. आजही तो आहे तसाच आहे. समोरच्याची तो आजही बिनपाण्याने काढतो. प्रत्येकात आधी वाईट शोधतो. लोक त्याला फटकळ बाबूराव म्हणतात. सर्व जग वाईट, असा भाव त्याच्या डोक्यात आजही कायम आहे. बाबूराव कधी कुठेच निवडून आला नाही. कोणत्याही संस्थेने त्याला कधी प्रमुख पाहुणे म्हणून बोलावले नाही. बाबूरावचा वाढदिवस कधी साजरा झाला नाही. आता तो पत्रकारांपासूनही चार हात लांब राहातो. कुठे काही जास्त बोलत नाही. कुठे जास्त जातही नाही. दारात आलेल्याला तो मूर्ख समजतो आणि येणारा गरजवंत ते मुकाट्याने ऐकून घेतो. जुना दरारा आणि

प्रामाणिकपणाचे भांडवल यांचा विचार करून कधी वाद घालत नाही की प्रतिक्रिया देत नाही. बाबूरावही अगदी मोजकेच कार्यकर्ते जमवतो. त्याचा दिवस त्याच्याच धुंदीत जातो.

कधी तरी संध्याकाळी दरवाजा लावून मंद प्रकाशात ग्लास किणकिणतात. मग त्यात तत्त्वांचं **'चिअर्स'** होतं. जुने दिवस आठवतात. बाबूरावला आपण कुठे चुकलो, ते सारं आठवते. पण फार उशीर झालेला असतो. बाबूराव मग आणखी विरक्त होतो. आता त्याला सर्वच शत्रू वाटू लागतात. ग्लासातील सोनेरी औषध आणखी कडू लागायला लागतं. ते पोटाऐवजी मेंदूत जातं, झिणझिण्या आणतं. त्याच्या नजरेसमोर राममनोहर लोहिया दिसतात, नाथ पै दिसतात. सावरकर खुणावतात. पेपरात अण्णा हजारे झळकत असतात. पण तेथेही त्याला दांभिकपणाचाच बाजार दिसतो. सोबती निघून जातात. बाबूराव एकटाच तळमळतो. त्याला काळ खायला उठतो. खोल दरीत देश कोसळतोय, असे भास होतात. कालियामर्दनची स्वप्ने पडतात. बाबूराव पाताळात डोकावतो.

बापरे! केवढा मोठा डोह! सगळीकडे काळाकुट्ट अंधार. विषाचेच साम्राज्य. विषारी नाग त्याच्यावर फणा धरून उभे असतात. त्याला पार विळखा घालूनच बसलेले असतात. सारं कुटुंबच त्या डोहात घुटमळताना दिसते. जिवाच्या आकांताने बाबूराव उठतो. खडबडून जागा होतो. डोळे चोळतो. कोल्हापुरी पायांत सरकवतो. सायकलचा स्टॅण्ड काढतो. कुठे जायचे, काहीच ठरत नसते. ऊर फुटेपर्यंत धावायचे, एवढेच त्याला उमगलेले असते.

❑❑

२०. खपटी

प्रत्येक गावाचे असे एक वैशिष्ट्य असतं. प्रत्येकाच्या नजरेत ते भरतेच, असे नाही. पण एखादी वस्तू त्या गावात हटकून मिळते. पुढे त्या वस्तूसाठीच ते गाव प्रसिद्ध होते. अष्टविनायक यात्रेत लेण्याद्रीजवळ नदीकिनारी झुणका- भाकर खाण्याची मज्जा अन्य कुठे आणि कशी येणार? ज्यांनी ती अनुभवली, त्यांनाच ती माहिती. तो उघड्यावरचा संसार, कुटुंब सांभाळण्यासाठी चाललेली लगबग, घोंगडी पसरून केलेली आसनव्यवस्था, चुलीत सारलेली लाकडे, परातीत मळलेले पीठ, चुलीत भाजलेली वांगी...नुसत्या आठवणींनीच तोंडाला पाणी सुटतं. कधी सोलापूर, गाणगापूरच्या आडरस्त्याला गेलो की, ते गुळाचं वाफाळणं, कढईतला रस, आजूबाजूला मळीची घाण, तो काकवीचा आस्वाद, घरगुती पद्धतीने बनविलेला गूळ, त्यांच्याबरोबर सुकं खोबरं...थोडा आग्रह केला, तर मिळणारी ठेचा-भाकरी. जिभेवरची ही चव कशी विसरता येणार?

चौलची ‘खपटी’ ही अशीच. आजही काही घरे, दुकाने त्यासाठी राबत आहेत. आता लेज, पारले यांच्या जमान्यात पर्यटक वाढले. त्यांच्या आवडी बदलल्या. तालुक्यात जेवढी बिअर शॉपची दुकाने आहेत, तेवढीही ‘खपटीची’ म्हणजे चिक्कीची दुकाने आता राहिली नसतील. एका ठरावीक पद्धतीची मांडणी, त्याला तो कॉमन निळसर आकाशी मळकट रंग, त्यावर रांगेत रचून ठेवलेली ओल्या खोबऱ्याची चिक्की, त्याला लागूनच गूळ-शेंगदाणा चिक्की, मधेच कुरमुऱ्यांची केशरी रंगाची चिक्की... खवय्याचे पाय थांबलेच पाहिजेत, असा सुटणारा चिक्कीचा घमघमाट. आत डोकावले, तर पाटावर ओतलेला पाक. घरातल्याच बायकांची लगबग...मोठे लाटणे घेऊन पाटावर ओतलेल्या पाकाची बनविलेली पोळी, सुरीने त्याचे तुकडे पाडणे, सारंच विलक्षण. जायफळ हा या चिक्कीतला महत्त्वाचा घटक. एक तर चौलच्या जायफळाचा वासच न्यारा आणि घरचीच वस्तू म्हणून थोडा सैल हात. या विशिष्ट चवीची चिक्की तुम्हाला लोणावळ्याला मिळणार नाही. मुंबई-पुण्यातही मिळणार नाही. आता थोडा आधुनिकपणा आणून त्यावर प्लॅस्टिकची पिशवी चढवली जाते.

जी वडी आम्ही चार आण्याला खाल्ली, तिलाच आज पाच रुपये मोजावे लागतात. आईने ती एका ढब्बूला आणली होती. महागाई वाढत गेली तशी खपटी महागत गेली; पण चौलची दत्ताची यात्रा, नागावचे नवरात्र, चौलची महालक्ष्मी, शितळादेवी व वरसोलीची विठोबाची यात्रा— अशा गर्दीच्या ठिकाणी आमची पावले चिक्कीच्या स्टॉलकडे हमखास वळणारच. मग ओळखीचे चेहरे, त्यांच्या चेहऱ्यावरचे समाधान...आठवणीने आपल्या माणसांसाठी घेतलेला तो खाऊ...किमती वाढल्या तरी दारिद्र्य सरत नाही. आजही ती बऱ्याच वर्षापूर्वीची दुकाने तशीच. अभावानेच एखादे दुकान रिनोव्हेट झालेले. तेही मुलगा ‘विक्रम’ चालवायला लागला म्हणून नाहीतर सून - मुलगा वाडी सांभाळून खपटीच्या धंद्यात काय सुधारणा करणार? काही पाडेकरी नारळावर चढण्याचे बदल्यात ठोकून सुकडी नेतात. त्यांच्या घरातील बायका मग ते नारळ विकण्यापेक्षा चिक्की बनवितात. काही भंडारी कुटुंबेही या व्यवसायात आहेत. आता परवडत नाही आणि ‘चिक्कीवाला’ म्हणवून घ्यायला लाज वाटते, म्हणून काहींनी दुकाने बंद केलीत. नारळ, गूळ परवडत नाही म्हणून काहींची लाकडी फळकुटे असलेली दुकाने बंद झालीत. पण खरं कारण ‘लाज’ हेच आहे.

पुढची पिढी मोठी झाली, मुली टायपिंग-कॉम्प्युटरला जायला लागल्या...मुलाला मोटारसायकल, मोबाईल पाहिजे— मग खपटीचा धंदा कसा

पुरणार? अनेकांनी धंद्याकडे पाठ फिरवली. पुढे ट्रक आले. सप्लायचा धंदा वाढला. काहीच नाही तर पारावर बसून इस्टेट एजन्सी जोरात आहेच. चौलची खपटी पुढे किती टिकेल, मला माहीत नाही...पण ती ओरिजिनल चव तोंडात विरघळणारी. चिक्कीची चव हळूहळू बदलतेय. जायफळाची जागा व्हॅनिला इसेन्सने घेतली. उद्या पर्यटकांची आवड लक्षात घेऊन एखादा तरुण त्याला 'ब्रॅन्ड नेम'ही देईल, त्यावर सुंदर पॅकींग येईल; पण ती चव, तो घरातील सुवास आणि प्रेमाची आस कशी येणार? आजही चौल- रेवदंड्यात शिरलो की— अशा दुकानासमोर पाय रेंगाळतात, मावशीकडून खपट्या घेतल्याही जातात. दुर्दैव हेच की, आतली लगबग कमी झालीय. सुनेला चिक्कीच्या धंद्यावर बसायची लाज वाटते, मुलांना खपटीवाल्याचा नातू किंवा मुलगा म्हणवून घ्यायला लाज वाटते.

पूर्वी घरात शिरताच चिक्कीसाठी पुढ्यात येणारे हातही आता मोठे झालेत. त्यांना आता अशा खाऊत इंटरेस्ट नाही. त्यामुळे गाडीत खपटी तशीच राहते. नाहीं तर कधी तरी फ्रिज साफ करताना 'काहीतरी उगाच आणत बसतात'— असं पुटपुटत खपटीला बाहेरचा रस्ता दाखविला जातो. अशा परिस्थितीत संस्कृती, आपलेपण कसे टिकणार? यालाच आपण 'ग्लोबलायझेशन' म्हणायचे का? यात्रा कमी झाल्या, कारण त्यात मुलांना 'हायजेनिक' मिळत नाही आणि काहींना तर धुळीची ॲलर्जी असते. त्यांना काय कळणार खपटीची मज्जा? त्यासाठी पाहिजे अस्सल कोकणी मन. तुम्ही आपल्या मुलांना सूप, न्यूडल्स घ्याल, आउटिंगला न्याल; पण कधी मुरूडला जात असाल, तर नक्की दोन मिनिटे अशा स्थानिक दुकानांसमोर थांबा— भरभरून खपटी घ्या, दोस्तांना वाटा, चवीची सवय लावा. खेड्यांना जगवा, नाहीतर असे वारसे पुढच्या पिढीला नाही दिसणार. आपण खूप काही हरवतोय, आधुनिकतेच्या गुंत्यात गुंतून जातोय. विसरा आता थाटमाट आणि चव घेऊन मनापासून सांगा— आहे का सर अशी कशात?

चौलच्या खपटीप्रमाणेच थोडं प्रकरण चणेवाल्यांचं. मोठी भट्टी पेटलेली. पूर्वी चुली होत्या. नंतर स्टो आला, आता गॅस असतो पण कढई तीच. त्यात उकळणारी वाळू, कळकट मळकट कपड्यातला मालक. बाजूला टोपलीत भिजवलेले, खारवलेले दाणे. त्यात पडणारा घाम. मोठ्या झाऱ्याने वाळूतून उसळी मारून फुटणारे दाणे. ते काढण्यासाठी ताकद लावून केलेली धडपड. त्याक्षणी त्या चणेवाल्यांची एकाग्रता आणि घामाच्या धारा बघणाऱ्याला मोहित

करतात. बाजूलाच मोठ्या मोठ्या कढईत खारवलेले चणे, शेंगदाणे, वाटाणे, काळेवाटाणे. मध्येचं आढळणारा भाजलेला खायचा दगड, भाजलेले चिंचोके. अहो, जगाच्या पाठीवर कुठे मिळणार असा खाऊ? पिढ्यान् पिढ्या बाजार करून, भाजी विकून घरी परतणाऱ्या माळणींचा खाऊ...मच्छी विकून परतणाऱ्या कोळणींचा खाऊ...एक पुडी दिली की पोरे पसार. आई, आत्या, आजी कधी येते आणि कनवटीची पुडी कधी हातात मिळते, अशी अधीरता कुठे विकत मिळणार? सारंच हरवतेय, त्यात हाही धंदा निसटत चाललाय. येथेही तेच रडगाणं— धंदा परवडत नाही आणि चणे विक्रीला बसायला सुना तयार नाहीत. यात्रेत सर्वांत मोठे दुकान चणेवाल्यांचे असायचे, आता कारणापुरतं टिकलंय. महाबळेश्वरला किंवा अनेक ठिकाणी आजही पर्यटकांचे चणे हे आकर्षण, पण रेवदंड्याचे चणे म्हणजे बात काही औरच! ती चव आजूबाजूच्या खेड्यांतल्या आधीच्या पिढीला विचारा. आता भय्याकडचे चणे आले, पुढे आणखी काही प्रकार येतील; पण अशा चवी आणि अशी ठिकाणे अशक्यच.

चौलचा पेढा असाच फेमस. आता मावा कमी झाला आणि साखरही महागली. पण तो फर्फेंचा पेढा म्हणून मुंबईतही प्रसिद्ध झाला होता. मुंबईत गणपतीसमोर मुंबईकर येताना मिठाई आणायचे, त्यात मावापेढा असायचा; पण पेढ्यांचा खाऊ म्हटलं की, पेपरातल्या पुडीतला तो पेढाच हटकून असायचा. आता फर्फेही बदलले आणि तो पेढाही. बॉक्स आले, जाहिरात आली; पण ओरिजिनल पेढा आणि दुधीहलवा हरवला. आता नाक्यानाक्यावर फरसाणाचे प्रकार आले. मात्र गावचा कढिपत्ता घातलेले पातळ पोह्यांचा चिवडा गायब झाला. आता वाडीत गवत काढायला आलेल्या बायकादेखील चहाबरोबर बिस्किटे मागवतात. शेवचिवड्याची पुडी अशीच हरवणार. या गुंत्यात काय काय हरवले; कोण ठरवणार? शेवंतीच्या वेण्या, बकुळीच्या माळा, सुरंगीचे गजरे नाक्यावरून गायब होत चाललेत. कवठीचाफा नाही तर सोनटक्क्याची फुले माळायला वेण्याच हरवल्या आहेत. देवासमोर समृद्धीप्रमाणे गावातही परडी घेऊन दुसऱ्याच्या वाडीतली प्राजक्ताची फुले वेचून आणून, सुतात ती विणून, त्या हारात झिपरीची पाने आणि मधेच एक कुंपणीतल्या जास्वंदीचे फूल घातल्यावर गॅसच्या बत्तीच्या उजेडात श्रींच्या मूर्तीला येणारी शोभा— ती गरिबी— तो साधेपणा कसा परत येणार? अनेक ठिकाणी पिक्चरची पोस्टर्स चिकटवून गणपतीची सजावट असायची. रात्रीच्या जागरणाला पोहे, खोबरे, गूळ असा थाट असायचा. आता डेकोरेशन थर्माकोलचे आणि नाश्ता वडापावचा— कसे थांबवणार हे? खपटी, सुरंगी,

सोनचाफा, साखरी पेढा, पांढरा जाम, चोरचिंच, सोनटक्का— ही चौलची शक्तिस्थळे होती; आता तीच अशक्त होत चाललीत.

☐☐

२१. आभास हा!!

भासेकाका!

एक पार वाकलेली मूर्ती...पावलाला पाऊल चिकटवून चालणारी, जिना चढायला दहा मिनिटे लावणारी.

चालून-चालून थकलेली.

उन्हातान्हात काळीठिक्कर पडलेली.

डोक्यावर स्वच्छ धुतलेली गांधीटोपी, खांद्यावर मळकी शबनम. त्यात बरेच कागद. आळंदीचा प्रसाद आणि माऊलींचा फोटो. हाताने धुतलेलं, मळ खाल्लेलं धोतर. तोंडाचं बोळकं, गळ्यात तुळशीमाळ.

भासेकाका— पहिले आले, तेच मनात भरले.

त्यांना कुणी पाठवलं, त्यांनाही माहीत नाही. पण बहुधा प्रांताच्या ऑफिसमधल्या एखाद्या दयावान शिपायाची ती मेहरबानी असावी. भासेकाका

आले, बोलायला लागले...मी तर ताड्कन उडालो. त्यांना बोलताच येत नव्हते. घशातून शब्दच फुटत नव्हता. मी त्यांना बसवले. जिवाचे कान करून ऐकू लागलो. ओठांपेक्षा डोळेच बोलत होते. नव्वदीचा म्हातारा पार थकला होता. डोळ्यांतून भिकेची याचना करीत होता. कर्जत तालुक्यातून एसटीने आला होता. मी पाणी प्यायला सांगितले.

त्यांनी ते घटाघटा प्यायले. आवाज असाच आहे म्हणाले. दोनदा ऑपरेशन झाले; काही उपयोग नाही घशात गुलाल गेलाय— बोलले. "कुठे असता?"

"आळंदीला, माऊलीकडे."

"काय करता?"

"महिन्यातून दोन वाऱ्या करतो."

"माझ्याकडे कसे?"

"कागद बघा."

"काय झालय?"

"मला पार लुटलंय. सरपंचानी जमीन खाल्ली."

मी ती भेंडोळी उघडू लागलो. पंचवीस वर्षांपासूनच्या वकिलीत असे अनेक नग पाहिले होते. पण पहिल्या भेटीतच आजोबांबद्दल सहानुभूती वाटली. अनुभवाने अशा केसेस म्हणजे लष्काराच्या भाकऱ्या, हे माहीत होते. पण ती माझी खाज होती. मला अशी कुळे लागतातच.

प्रकरणात हात घालायचे ठरवले. समोरच्या शिकाऊ वकिलांच्या डोक्यावर आठ्या पडल्या होत्या. त्यांना आता ही आणखी एक ब्याद सांभाळावी लागणार होती. भेंडोळ्या सरळ केल्या. कागदातून उतारे, फेरफार बाजूला काढले. भाराभर अर्ज होते, तेही काढले. तारखेप्रमाणे ते लावून घेतले. भासेकाका चुळबुळ करू लागले. त्यांना खूप काही बोलायचे होते. मी हातानेच 'थांबा' बोलले. त्यांनीही मान डोलावली. पाच-सहा अर्ज मिळाले. काही टाईप केलेले, काही हातांनी खरडलेले. अक्षर एकटाकी. अर्ज हातात घेऊन विचारले "अर्ज कोणी लिहिले?"

"मीच लिहिले काय करायचे? पेन्शन घेतोय. सर्व्हे ऑफिसमध्ये होतो."

"मग तुम्हाला काय जास्त विचारायची गरजच नाही. माझ्याकडे कशाला आलात?"

"प्रांतांनी घोटाळा केला, पैसे खाल्ले,"

"पुरावा काय आहे?" हातानीच खूण करून अस्पष्टपणे 'कोण देणार पुरावा? असतो काय?" — आजोबांचा आवाज कातरलेला. आवाज घशातूनच

जेमतेम निघत होता. त्रास नको म्हणून आधी कागद वाचायचे ठरवले. कच्चे ब्रीफ बनवले.

ज्युनिअरने सवयीने फोन नंबर विचारला. आजोबांनी कानाचे मशीन काढले. त्याच्या वायरी खिशात गेल्या होत्या. खिशाची बटणे काढून त्यातून आणखी एक मशीन काढले, डायरी काढून समोर ठेवली. एसटी पास काढला. एक जुना काच फुटलेला टाटाचा मोबाईल काढला. डोळ्याजवळ तो नेला. मी ज्युनिअरकडे पाहात होतो. ज्युनिअरही भारावून गेला होता. आजोबांनी एक-दोन बटणे दाबली. मोठ्या आकड्यात एक नंबर आला, तो दाखविला.

ज्युनिअरने चुपचाप तो लिहून घेतला. मी मानेने 'त्रास देऊ नको' म्हणालो. झेरॉक्स बाजूला काढले, त्याचे सेट तयार केले.

तहसीलदार, प्रांत, कलेक्टर, तंटामुक्ती, लोकशाहीदिन...सर्व गठ्ठे वेगळे केले. उतारे लावून घेतले. कर्जत शहराला लागून जवळजवळ दोन एकर जमिनीचा प्रश्न होता. जमिनीला कूळ म्हणून भासेंचा बाप होता. पुढे टेनन्सी खात्याने साधे कूळ म्हणून भासेंचेही नाव लावले होते. भासेंनी कधी तरी मूळ जमीन मालकांकडून ती जमीन साध्या कागदावर लिखाण करून विकत घेतली होती. नायब तहसीलदाराने तो कागद जुमानला नाही; उलट परस्पर व्यवहार केला, म्हणून नावच कमी करून टाकले. कागदोपत्री जमीन सरकारजमा केली.

गावच्या सरपंचाची तहसीलदारकडे ऊठ-बस होती. तहसीलदारही निवृत्तीला आलेला. मुलगा खुनाच्या खटल्यात बदनाम झालेला. काय झाले; माहीत नाही. पण भासेची त्यांनी पार वाताहत केली. परस्पर सरकारजमा जमीन घाईघाईने विक्रीला काढली. चावडीवर नोटीस नाही, की पंचायतीला माहिती नाही. भासेंच्या ताब्यात जमीन, पण भासे वारकरी बनलेले. महिनाभर गावाला फिरकलेच नाहीत. सरपंचाने डाव साधला. दोन ओळींचा अर्ज करून जमीन नावावर करून घेतली. गावात दवंडी नाही, ताबेदाराला नोटीस नाही. कूळकायद्याची ऐसीतैशी करून सरपंचाचा भुजंग जमिनीवर बसला.

कागद कितीही नाचवले, तरी म्हाताऱ्याला पटवणे शक्य नव्हते. पण सरपंचाचे काही ठोकताळे होते. म्हाताऱ्याची दोन्ही मुले उमदेपणातच अचानक गेली होती. दोन संसार म्हाताऱ्याच्या गळ्यात. पोरीचे लग्न झाले होते. म्हातारा फिरतीवर. भांडून-भांडून किती भांडणार? जमीन बंगलेवाल्यांना लागून. जवळच कालव्याचे पाणी. म्हणजे सोन्याचा तुकडा. आज ना उद्या म्हातारा थकलेले डोळे मिटेल, हा आशावाद. सरपंचाची गणितं चुकली. म्हातारा गावी आल्यावर जागेत

त्याला थोडी साफसफाई दिसली. मोजणीदार आल्याचे कळले. शेजारच्या चुलत भावाने त्याला सरपंचाची कल्पना दिली. सरपंचाला जाब विचारला. त्याने दादागिरी केली, शिवीगाळी केली. आजोबांना शबनममधल्या माऊली असहाय बनवीत होत्या. आधीच देवाने आवाज काढून घेतलेला— आजोबा लाचारपणे उठले. तहसीलदाराकडे गेले. तहसीलदारने चहा पाजला. आजोबांनी तो नाकारला. जाब विचारला. शांतपणे भोसडले. आजोबा महसूल खात्यातच निवृत्त झाल्याचे कळले. तहसीलदारची नजरेला नजर द्यायची हिंमत नव्हती. आजोबांनी तिथेच बसून अर्ज लिहिला.

काय उपयोग? तहसीलदारने चौकशी नेमली. नाटक पार पाडले. जमिनीच्या ताब्याचा पंचनामा समोर ठेवला. उतारे समोर ठेवले. 'काही करू शकत नाही' म्हणाला. 'अपिलात जा' सांगितले. आजोबा उभे राहिले. थरथरत होते. माऊलींनी त्यांना शाप द्यायला शिकवले नव्हते. 'गरिबाला फसवताय' म्हणाले. 'तळतळाट घेऊ नका' म्हणाले. थोड्या दिवसांनी तहसीलदारनी अर्ज फेटाळल्याचे पोस्टाने कळविले. आजोबा प्रांताकडे धावले. प्रांत त्यापेक्षा बिलंदर. स्वतःला कोर्ट समजणारा. त्याचा मंत्र्यांच्या वरचा तोरा.

हे नवीन संस्थानिक बघून भासे काय समजायचे ते समजले. वकील केला. त्या नव्या वकील पोरीला प्रांत काही आवरला नाही. त्याने तिला भांबावून सोडले. निकाल फिरणार नाही याची खात्री झाली. चार दिवसांनी आजोबा परत आले. त्यांना केस नीट समजावून सांगितली. नाक दाबायचे ठरवले. तहसीलदार आणि प्रांताविरुद्ध लाचलुचपत खात्याकडे तक्रारही करण्याचा सल्ला दिला— प्रत्यक्ष पुरावा नसताना सल्ला. पण माझा इलाज नव्हता. आजोबांची लढाई त्यांनाच लढायची होती. आजोबा एकटेच होते, पण कणखर होते. त्यांनी सर्व आरोप लेखी केले. खात्याने जबाब नोंदविले, पण सापळा रचायला नकार दिला. लाचलुचपत खात्यालाही ठोस पुरावा पाहिजे होता.

सरकारी अधिकाऱ्यांना वेसण घालणे त्याच्या हातात होते. अर्ज बोलका होता, पण तो वजनदार नव्हता. तहसीलदार आणि प्रांताची जमवलेली माया मोजण्यासाठी खाते तयार नव्हते. मीच कायदा हातात घ्यायचे ठरवले. कलेक्टर ऑफिसला फोन करून तहसीलदार व प्रांताचे कारनामे सांगितले. प्रांताचा फोन नंबर घेतला. प्रांताला इशारा दिला, जागे केले. त्याच्या विरुद्ध तक्रार केल्याचे सांगितले. व्हायचा तो परिणाम झालाच. तहसीलदार रिटायर झाला होता, पण प्रांताची गाळण उडाली. शिवाय कलेक्टर ऑफिसमधून बातमी लीक झाली

होती. जिकडे-तिकडे अर्ज रवाना झाले. बोट पुरे वाकडे करूनच तूप काढायचे ठरविले होते...त्याच दिवशी प्रांताकडे आजोबांना पाठविले. शिपायाने त्यांना लगेच केबिनमध्ये सोडले. प्रांताचे उसने बहाणे बघून आजोबालाही दया आली.

कायद्याच्या राज्याची दया आली. सरकारी अधिकारी नेमका कशाला घाबरतो, ते पुन्हा एकदा कळले. आजोबांनी लाचलुचपत खात्याकडे केलेल्या अर्जाची कॉपी साहेबांना दिली. अलिबागला कशाला गेलात विचारले. आजोबा 'फक्त न्याय द्या' म्हणाले. प्रांताने पुन्हा चौकशी लावली. मी लेखी युक्तिवाद पाठविला. प्रांतांनी माघार घेतली. झाकली मूठ सव्वा लाखाची राहिली. निमूटपणे तहसीलदारची ऑर्डर बेकायदा ठरवली, रद्द केली.

आजोबांना ती ऑर्डर मिळायला चांगला महिना दीड महिना गेला. आजोबांच्या फेऱ्याही वाढल्या होत्या. प्रत्येक वेळी येताना आळंदीचा प्रसाद आणायचे. सतत नमस्कार करायचे. हात जोडायचे. प्रांताने चौकशीत सहा महिने घालविले होते. भासेंना जिवाचा भरवसा नव्हता. कुडी पार थकली होती. भासेंनी घरची परिस्थिती सांगितली. तुम्हीच जमीन घेऊन टाका म्हणाले. मी निक्षून 'नाही' सांगितले. त्यांच्या जावयांना बोलावून घेतले. चार समजुतीच्या गोष्टी सांगितल्या, खडसावले. आजोबांना वाऱ्यावर सोडू नका सांगितले. स्वत: जाऊन गावची परिस्थिती बघितली. जावयाच्या पडवीतच बैठक बसली. सरपंचाविरुद्ध लढायला नातूही तयार झाला आणि जावईसुद्धा. पण पैशाचे काय? त्यात कुणी पडायला तयार नव्हते. सरपंचाशी दोन हात करायचीही ताकद नव्हती. जमिनीवर सुबाभूळ उगवल्या होत्या.

खरं तर सरपंच हात चोळत बसला होता. त्याने अपील केले, पण त्याचेच मन त्याला खात होते. म्हाताऱ्यावर हात उगारला तर गाव विरुद्ध जाईल, याची भीती होती. सरपंचाने वाट बघण्याची नीती आरंभली.

एक दिवस फोन आला. जावयाने आजोबा गेल्याचे सांगितले. आळंदीला धर्मशाळेत पडले होते. खिशातल्या कार्डवरून वारकऱ्यांनी घरच्यांना बोलावून घेतले. आजोबा बेशुद्धच होते. आठवड्याभरात नि:शब्द होऊन त्यांनी निरोप घेतला. महिनाभराने 'डेथ सर्टिफिकेट' घेऊन तीन-चार जणांना घेऊन नातू आणि जावई आले. त्यांच्या नजरा बरंच काही सांगत होत्या. त्यांनाही सल्ला पाहिजे होता. पण उद्देश वेगळा होता. दीड कोटीची जमीन त्यांना खुणावत होती. पाच वर्षे म्हातारा वणवण फिरत होता, तेव्हा पाठ फिरवलेले कुटुंबीय आता धावाधाव करायला तयार होते. भासेकाकांचे आशावादी डोळे आठवले.

थकलेली कुडी आठवली. जावयाच्या जागी भासेंचा 'आभास' होत होता. दोघांचेही डोळे वेगळेच सांगत होते.

भासेंचे डोळे 'अन्याय' ओकत होते; जावयाचे डोळे 'हव्यास' पाघळत होते.

दोन्ही आभासच होते— माझ्या मनाचे खेळ ते.

मी पेन उचलले... दुसरा अध्याय सुरू केला... निर्विकारपणे..

❐❐

२२. दैव देते आणि...

समुद्रावरचा तो जुना पारशी पद्धतीचा बंगला मला खुणावत होता. पायऱ्यांना भरतीचे पाणी लागत होते. समोर अथांग समुद्र... दूर समुद्रात क्षितिजाशी स्पर्धा करणाऱ्या मुंबईच्या इमारती— अगदी बोट दाखवून ओळखता येतील, अशा. किहीमचा समुद्र येणाऱ्यांना भुरळ घालणारा. रुपेरी वाळूतून डोकावणारे कालवांचे खडक अस्ताव्यस्त पसरलेले. मुंबईजवळचा समुद्रकिनारा म्हणून सर्वांच्या नजरा इंच-इंच जागेवर. राज्यपालांपासून उद्योगपतींपर्यंत आणि सिनेनटांपासून स्मगलर्सपर्यंत सर्वांचे बंगले समुद्राच्या लाटा अडवून बसलेले.

या सर्व सोनेरी स्वप्नांच्या दुनियेत दीपकशेठचा बंगला आहे. आजही दुर्लक्षित, केविलवाणा, रंग उडालेला. समुद्रावरून फेरफटका मारताना नेमका तोच बंगला सर्वांचे लक्ष वेधून घ्यायचा. एक तर आजूबाजूच्या वाड्या, महाल सुंदर-रंगीत होते. त्यांच्या तटबंदी शाबूत होत्या. या गढीचे सारे बुरुजच ढासळले

होते. पाणी वेगळे द्यावे लागत नाही, म्हणून माड तग धरून होते. खायला काहीच नाही, म्हणून वानरांचा त्रास नव्हता. सावकाराने कित्येक वर्षांपूर्वी लावलेली तीन सुरूची झाडे घटका मोजत होती.

कधी तरी जीर्ण जोडपे बंगल्याच्या पडवीत दिसायचे. मोठ्या मोठ्या आवाजात बंगाली पद्धतीने हिंदी बोलणारी— म्हणजे बोंबलणारी ओंगळवाणी बाई आणि एक उमदा, राजबिंडा, साठीतला सडपातळ तरुण. तो बिचारा अमावस्या-पौर्णिमेला कधी आलाच, तर सावली पकडून आरामखुर्ची अडवायचा आणि समाधी लावायचा.

ती काही त्याची लग्नाची बायको नव्हती. मुंबईच्या संस्कृतीत ती 'केअर टेकर' म्हणून ओळखली जायची. पण तरी मालकिणीच्या वरचा तोरा. सर्व हिशेब मुठीत. गोष्टी मात्र कोटीच्या. दिपकशेठ यांचे बोलणे मोजकेच, तेही मर्यादा राखून असायचे. प्रत्येक शब्दाला छातीचे ठोके वाढले नाहीत ना, या काळजीने चेहरा पछाडलेला असायचा. एका पाठोपाठ एक ऑपरेशन करून डॉक्टरांनी त्याची प्रयोगशाळाच बनवलेली. दीपकशेठ चाळीस-पंचेचाळीस वर्षांपूर्वी हरियाणातून आला. गोरागोमटा, मिसरूड फुटलेला पोरगा नशीब काढायला मुंबईत आला. जेमतेम चौदा-सोळा वर्षांचा. कुठे जायचे– माहीत नाही. दिलीपकुमार बनायचे होते. चेहरा हीरोला लाजवेल असा. त्यासाठी काहीही करायची तयारी.

जेमतेम दोन दिवस तग धरला. होते नव्हते तेवढे पैसेही संपले. घरून नजर चुकवून पळून आलेला. आसरा नाही, पैसा नाही. भुकेच्या आशेने चालत सुटला, फुटपाथ पकडला. चर्चगेट ते मंत्रालय, पुढे सर्व मोकळा परिसर. रात्र फुटपाथवर काढण्याशिवाय पर्यायच नव्हता. एलआयसीजवळच्या कोपऱ्याच्या इमारतीत घुसला. आडोशाला पडून राहिला. पोटात अन्न नव्हते अन् अंगात हुडहुडी भरून ताप आला होता. डोक्यात नट-नट्यांच्या कहाण्या होत्याच, त्यावरच तर जगायचे होते.

रात्री उशिरा त्याच्या अंगावर घोंगडी पडली. त्याला वाटले, स्वप्न चांगले रंगतेय. पाय आणखी दुमडून तो झोपी गेला. सकाळी उठला. अंगावरची कांबळ बाजूला सारली, जास्त वेळ विचार करायची वेळ आली नाही. एक खानदानी मध्यमवयीन बाई जवळ आली. विचारपूस केली. घरात घेतले. पिक्चरसारखे घर ते. मुंबईत झोपड्या असतात ऐकलेले, चाळीबद्दल ऐकलेले. हे तर पूर्ण तळमजल्यावर पसरलेले आलिशान घर. बाईंनी चहा दिला. बटर खायला दिले. दिपकची नजर भिंतीवर गेली. अगम्य उर्दू भाषेतील फ्रेम, जुने फर्निचर, उंच

भिंती, झुंबरे...दीपक तर थरथरूच लागला.

बाईंनी चौकशी केली. पोरगा चुणचुणीत वाटला. कामाला राहाणार का, विचारले. नाही म्हणायचे कारणच नव्हते. बाईंनी पोरासारखा सांभाळला. दिपक घरातली सर्व कामे करायचा. गावी आठवण येण्यासारखे कुणी नव्हतेच मुळी. तरी चार महिन्यांनी नोकरी मिळाल्याचे पत्र टाकले. दोन-चार महिन्यांनी दिपकला पगाराचा विषय काढायची गरजच लागली नाही. अम्मीच्या दोन गाड्या होत्या. मुलगी अमेरिकेत होती. ती जागा भाड्याची होती. पागडीवर घेऊनही चाळीस-पन्नास वर्षे झाली होती. अम्मीला दोनच शौक— रेसकोर्स आणि शेअर बाजार. पैसा कुजेल एवढा.

दिपकचा 'मुन्ना' केव्हा झाला; कळलेच नाही. अम्मीला दम्याचा विकार. दिपक कुठून कुठून औषधे आणायचा. अम्मीची सेवा करायचा. अम्मीने दिपकला मुस्लिम केले नाही. ती एकदम आधुनिक विचारांची. नवरा कुणी तरी बडी आसामी. पण बिचारा गडगंज पैसे, सोने-नाणे ठेवून गेला. अम्मीला नाही तरी घर खायला उठत असे. दिपकचा दिपकशेठ झाला. दिपकला पूजा करायची मुभा असायची. दिपकनेही तिला मुलाची कमतरता कधी भासू दिली नाही. अमेरिकेतल्या दीदीलाही दिलासा मिळाला. दिपक शिकला, मोठा झाला. रेसकोर्सवरचे सर्व डावपेच म्हातारीने शिकवले. शेअर्स दिपकच्या नावावर खरेदी केले. दिपकने दहा जन्मांचे पुण्य केले होते म्हणून की काय, दृष्ट लागावी अशी अम्मी त्याला मिळाली. दृष्ट लागलीच. अम्मीला रक्ताचा कॅन्सर निघाला. दिपकने जिवाचे रान केले. अमेरिका गाठली. दीपकला आता स्वत:चा चेहरा मिळाला होता. अमेरिकेच्या डॉक्टरने हात टेकले. परत भारतात पाठविले.

दीदीच्या साक्षीने रजिस्टर मुखत्यारपत्र झाले. दिपक सर्व व्यवहार पाहू लागला. सख्ख्या आईचे करणार नाही तेवढे अम्मीचे दिपकने केले. अम्मीने होते नव्हते त्याचे 'हिबापत्र' केले. सर्व मुस्लिम धर्माप्रमाणे झाले. समुद्राकडचे बंगले, आंब्याची वाडी, पुण्याचे घर, पागडीचे मुंबईतले घर...सारं काही दीपकला देऊन म्हातारी गेली. मुलगी अमेरिकेत रमली.

अवदसा आठवते तसेच झाले. दिपकशेठच्या घरात एका स्त्रीने चंचुप्रवेश केला होता. ती कलकत्त्याची. ती अगदीच काही टाकाऊ नव्हती. तिचाही कुठे तरी फ्लॅट होताच. लग्नाचे वय मागे पडले होते. काळजी घेता-घेता या बंगाली मातेने घराचाच कब्जा घेतला. ती दिपकची फ्रेन्ड आणि फिलॉसॉफर बनली. कारभार चांगला चालला होता. पण या बाईला प्रत्येक गोष्टीत संशय यायचा.

हाताला गुण असा की, दिपकच्या जिभेचे सर्व चोचले ती पुरवायची. कानात बोळे घालून दिपक वावरायचा. त्याला कुणी तरी ठेवून घेतले होते, माया दिली होती. तो केवळ स्वतःला विश्वस्त समजत होता. त्या मिळकतीचा सातबाराही फिरवायला कधी तो स्थानिक सरकारी कार्यालयात गेला नाही. बंगाली बाई हुशार. तिने चौकशी केली. हिबापत्रावरून सर्व मिळकत नावावर होईल, अशी तिला आशा दिसू लागली. मिळकतीचा हव्यास नसला तरी प्रॉपर्टी नावे तर लागली पाहिजे, याचा ती आग्रह धरू लागली. इंच-इंच जागेसाठी आकांडतांडव करू लागली.

दिपक आजही आहे तसाच आहे. वरचे कधी आमंत्रण येईल, त्याची शाश्वती नाही. मधे होते नव्हते ते या बयेच्या नादाला लागून शेअर मार्केटमध्ये घालवले. बाईने डोके खाल्ले. अक्कलही गहाण ठेवायची वेळ आली. अगदी रस्त्यावर आणले.

मालकानेही सोन्याची मुंबईची जागा खाली करून मागण्यासाठी दावा ठोकलाय. समुद्रावरची प्रॉपर्टी महसूल अधिकारी नावावर फिरवायला तयार नाहीत. मुस्लिम बाई हिंदूला बक्षीसपत्र कशी देऊ शकते, असा प्रश्न त्यांना सतावतोय. त्यांना 'बक्षीस' द्यायलाही या कंगाल शेठकडे काही नाही. थकलाय बिचारा.

त्यालाही समजून चुकलेय— त्याच्या मरणाचीही वाट पाहणारे त्याच्या सोबतच आहेत. गावाला माळी आऊट हाऊसमध्ये शिरलाय. त्याची मुले खाऊन-पिऊन सुखी असतात आणि ही बंगाली केअरटेकर खाऊन-पिऊन सुस्तावलीय. पण तिची भूक शमतच नाही. प्रॉपर्टीची आस सुटत नाही. दीपक कधी तरी येतो. शून्यात नजर लावून बसतो. म्हातारी त्याची पाठ सोडत नाही. तिला गुंठ्याचा भाव किती वाढतोय, ते पक्के माहिती असते. भविष्य तिला माहीत असते. दारच्या माळ्याला थोडे जास्तच माहीत असते...

□□

२३. यू आर माय बेस्ट फ्रेन्ड

"आतू, लवकर कर ना!"
"हो रे झंप्या!" - आत्या.
"आजी, आत्याला सांग ना—"
"जाऊ दे, तू तयार झालास का?" - आजी.
"आजी, मी केव्हाच तयार आहे. आत्याच उशीर लावतेय."
"हं! कर हात पुढे!"
"हे काय— आज आरती नाही?"
"आरती कसली? आज काय नारळी पौर्णिमा आहे?"
"अगं हो— पण!"
"पण -बिण काही नाही."
"हा बघ कसा आहे बॅण्ड?"

"आतू, यू आर माय बेस्ट फ्रेन्ड!"

"असू दे, असू दे! आधी शेंबूड पूस नाकातला."

"आजी, आतू बघ ना."

"चालू दे तुमचे उंदरामांजराचे भांडण.. हे आले, तर मला बोलणी खायला लागतील. माझी अजून भाजी फोडणीला टाकायची आहे." - आजी.

"आजी, आज चौधरीच्या शेंगाची भाजी करना—"

"हो! लावल्यात तुझ्या बाबांनी!"- आजी.

"आजी, लाल माठाची तरी कर ना."

"झंप्या, आज लाल माठच आहे."

"आतू, मी शाळेत जातोय. बॅण्ड बघून सर्व विचारतील. कुणी इतका छान बांधला म्हणून? मग काय! मी सर्वांना सांगणार, आतू माझी बेस्ट फ्रेन्ड आहे."

"आधी सर्वांना जळवीन. नंतर सांगेन माझ्या घरात आहे म्हणून, माझी लाडकी आतू!"

आतू ही आपल्या या झंप्याची म्हणजे आदित्यची लाडकी आत्या. वय वर्षे बेचाळीस. लहानपणीच या गोऱ्या-गोमट्या पोरीला दृष्ट लागली. ताप म्हणून आला. घरात सर्व काही होते. घर भरलेले होते. शेजारचे डॉक्टर रोज गप्पा मारायला या वैद्यांकडे यायचे. गप्पांचा फड रंगायचा.

पण दुर्दैव आड आले. तापाचे निदान झालेच नाही. ताप पायावरून गेला. वयाच्या पाचव्या वर्षीच घरात एक बालक पंगळे झाले. पोलिओचा झटकाच तो. सर्व उपाय झाले, पण एक पाय आयुष्यभर तिच्या गळ्यात पडला. एक मुलगी आयुष्यभर लटका पाय फरफटत चालणार, ही कल्पनाच कुटुंब उद्ध्वस्त करणारी होती. हे संकट पचविण्यात पस्तीस वर्षे गेली. रोज तिळातिळाने दुःख विसरायचा प्रयत्न कुटुंब करतेय, पण रोज मणामणाने बोजा वाढतोय. मात्र, ते वजन दाखवायचे नसते, हे कळण्याइतपत ते घराणे सुधारलेले होते. सुशिक्षित होते, त्यापेक्षा सुसंस्कारित होते.

संकटांना मोरपिसासारखे झेलणारे बाबा घरात होते. त्यांना राजाश्रय होता. आजोबांपासून चालत आलेला मानाचा व्यवसाय घरात होता. दोन पिढ्या वैद्य घराणे गावात प्रतिष्ठित व्यावसायिक होते. दोन पिढ्या केवळ धंद्यात आणि पैशातच पुढे नव्हत्या, तर विचारानेही पुढे होत्या. गावासोबत चालताना आपली परिस्थिती कधी बाबांनी आड येऊ दिली नाही. गरिबांमध्ये गरिबासारखे राहण्याचा

मनाचा श्रीमंतपणा त्यांनी अंगी जोपासला होता.

त्यामुळे दिवस सकाळी सुरू व्हायचा, चहा स्वत:च्या हातांनी करून बाबा काखेला झोळी अडकवून, हातात काठी घेऊन, बाटाच्या चपला घालून निघायचे. माणसाची औकात चपलांवरून ओळखण्याची आपली सवय असते. बाबा खूप वर्षांपूर्वी कोळीवाड्यातील चव्हाणांच्या दुकानातील बनवून घेतलेल्या चपलाच वापरायचे. दरवेशने गावात येऊन बाजारपेठेत रेडिओवाल्याचे बंद पडलेले दुकान घेऊन गावात पहिले शू मार्ट काढले, त्या दिवसाचे पहिले गिऱ्हाईक बाबा. तेव्हा प्रथमच बाटा चप्पल घेतली. तो ब्रँण्डच झाला. आयुष्यभर दुसरी चप्पल पायांत घातली नाही. चप्पल बाटाची, साबण चंद्रिका, पेस्ट विकोची— ही ठरलेली नामावली असायची. एकदा स्वीकारले की बदलायचे नाही; हा बाबांचा खाक्या. एक तर स्वदेशीचे वारे डोक्यात आणि तत्त्वाने जीवन जगण्याचा हेकटपणा. लोक काय म्हणतील याची पर्वा नाही. कुठे निवडणूक लढवायची नाही; कुणाच्या लग्नाला, पार्टीला जायचे नाही, सायबांपुढे उगाच वाकायचे नाही— अशी तत्त्वे आणि ती प्राणापलीकडे जपण्याची निष्ठा.

अशा कुलीन चौकटीत वैद्य कुटुंब वावरत होते. खेड्याचे गाव आणि गावाचे शहर होत होते. दोन पोरींची लग्नं झाली. त्या पुण्या-मुंबईत गेल्या. आतू मात्र घरातच राहिली. बापाचा अर्क बनली. नाही म्हणजे नाही— इतकी टोकाची भूमिका, पण आतून शहाळ्याहून कोमल.

वर्गात हुशार, शाळेत पहिल्या पाचांत. राग फक्त एकच— "मला कोणी अपंग समजू नका! मला कुणाची दया नको, भीक नको." स्वत: ठरवून जिद्दीला पेटली. सातवीची स्कॉलरशिप घेतली. आतूचा पिंड तयार होत होता. चिडचिड ही असायचीच. ती स्वत:वरच राग काढायची. घरचे होणारे कौतुक नको वाटायचे, कारण त्यात सहानुभूती डोकवायची. कुणाचे उपकार घ्यायचे नाहीत, म्हणून समजायला लागल्यावर लग्नच न करण्याचे ऐलान आतूने करून टाकले. नवरा अपंग निघाला तर? शरीराचे अपंगत्व परवडले, कसा तरी संसार रेटून नेऊ; पण तो मनाने दुबळा असेल तर? रोज मनाच्या पोलिओचे असे शेकडो नमुने ती अनुभवत होती. ती ठरवून शिक्षिका झाली. जिद्दीने निर्णय घेऊन मग तो घरच्यांना फक्त सांगण्याची सवय. निर्णय कसा बरोबर- त्याचे गणित आतूच मांडणार. समोर फक्त श्रोते. त्यांनी ऐकण्याचे काम करायचे, उलटा प्रश्न किंवा शंका नाही विचारायची.

आडवा प्रश्न केला की, आतूचे मौनव्रत सुरू. पूर्वी चिडचिडायची, पण

आता बेस्ट फ्रेन्ड घरात आल्यावर आतू बदलली. वहिनीचा अर्धा भार कमी झाला. दादाला धंद्यातून पोराकडे बघायला फुरसत नव्हती. वहिनी तोळामासा, जातीतलीच, जवळचीच, रोजच्या पाहण्यातली. कॉलेजमध्ये असताना दादाशी सूत जमले. उच्च विचार जमले. पोर गरिबाची, पण बाबांनी कुठेही आडकाठी केली नाही. एका सकाळीच देवपूजा आटोपून सरळ मुलीच्या घरी गेले. कारकून असलेला मुलीचा बाप दारात थरथरतच होता. वैद्यांचा दराराच तसा होता.

दारातून आत आले. "अन्याऽ ये आत—" स्वत: आत जाऊन अनिल लेलेला घरात बोलावले. पोरीचे प्रताप सांगितले. मुलांच्यामध्ये आपण पडायचे का नाही, ते समजावले. पोरं चांगली आहेत, निर्णय घ्यायची त्यांची क्षमता आहे— सांगितले. आपण आर्शीर्वाद द्यायचे ठरविले आणि साधेपणाने लग्नही करून दिले. गवगवा नाही, जाहिरात नाही, देणे-घेणे नाही. तरीही चारशे पानं उठली.

वैद्यांचा वाडा वाकडातिकडा वसला होता. भाऊ नोकरीनिमित्त पुण्या-मुंबईत होते. ओळखीत एक डेव्हलपर गाठून प्रत्येक भावाला एक फ्लॅट देऊन स्वारी मोकळी झाली. स्वत:ला दुसरा फ्लॅट पाहिजे होता, तो भावाला चोख पैसे मोजून विकत घेतला. मुलाला स्वतंत्र राहायला सांगितले. दोनपैकी एक फ्लॅटचा दरवाजा उघडा ठेवला आणि फ्लॅटला घरपण आणले. आतून वेगळी खोली. आजी-आजोबा वेगळ्या खोलीत; जेवण मात्र एकत्र. झंप्याचे खरे नाव आदित्य, पण आतूने प्रसंगानुरूप बरीच नावे ठेवली. शी-शू काढण्यापासून बाळपणीचे कोडकौतुक आतूनेच केले. कधी कधी या कौतुकाचीच ॲलर्जी येईल, असे दादा-वहिनीला वाटे; पण बोलण्याची हिंमत नव्हती आणि थांबवण्याची गरजही नव्हती.

बाहेरच्या जगात खत्रूड समजली जाणारी, एकुलत्या एका भावालाही दमात ठेवणारी आतू— भाच्यासाठी मात्र लोण्याहून मऊ बनायची. भाच्याचा अभ्यास घ्यायची. त्याला सोबत घेऊन गप्पागोष्टी सांगायची. मन हलकं करायची. वाढदिवसाला, भाऊबीजेला ओवाळायची. भाच्यासाठी घरभर गोंगाट घालायची. प्रत्येक पगारातून भाच्याला पुस्तके आणायची. घरात आणखी एक देवघर सजत होतं. भक्त भाचा आणि देव 'आतू'. आजोबाही विलक्षण. साठाव्या वर्षी दुकान बंद म्हणजे बंद. सक्तीची निवृत्ती. त्याचा समारंभ नाही की, समारोपाचे भाषण नाही. कुणाला चहाही पाजला नाही. कशाला पाजायचा? कुणी कुणाला फुकट काही देत नाही, या तत्त्वावर त्यांचा विश्वास.

निवृत्ती घेतली. रोज सकाळी चालायला जायचे, फुले गोळा करायचे. ती थैलीभर फुले प्रत्येक देवळात नेऊन वाहायचे. लोकांना बडबडायचे— दगडाला रंग फासतात, देव बनवतात आणि त्याला रस्त्यावर बेवारस सोडतात. गावातल्या अशा प्रत्येक छोट्या-मोठ्या निराधार देवांचा आजोबा आधारवड बनले होते. मुलांनीही त्यांची सेवा केली. आदर्श कुटुंब, सात्त्विक विचार. त्यांची अन्नपूर्णा घरातच होती. सारं काही सोसत होती. कुटुंबाला घडवत होती. या चौकोनी आणि सरळमार्गी कुटुंबात दोन नातवंडं आली आणि घर बोलकं झालं नातवांचं प्रेम आणि हे आतू-भाच्याचं नातं पाहून मनोमन सुखावत होती. रोज देव्हाऱ्यात तुपाचं निरांजन ओवाळीत होती. आतून झगडणं, आयुष्याशी तडजोड करणं तिला जास्त जवळून माहीत होतं. आतू स्वत: जळत होती, तरी त्या ज्योतीला अहंकाराची आच नव्हती की वैफल्यतेची काजळी नव्हती. ती मंद वात नातवामुळे अधिक सुगंधी झाली होती.

आतूला नातू बोलत होता, तेच खरं होतं—

"यू आर माय बेस्ट फ्रेन्ड."

◻◻

कळत
नकळत

२४. सुपारी बहाद्दर

तो कुणी संत नव्हता; साधू तर अजिबात नव्हता. परिस्थितीने बनलेला क्रिमिनल नव्हता. थोडक्यात, सहानुभूती वाटावं, असं काहीही त्याच्यात नव्हते. उंचापुरा, स्मार्ट, बोलण्यात सफाईदारपणा, उच्चारात स्पष्टता. वागण्यात गर्व, भाईगिरी नसानसात ठासून भरलेली. स्वभाव धांदरट. गँगवॉरमधला तापटपणा गरज म्हणून दाखविणारा. 'सारी दुनिया मेरी मुठ्ठी में' समजणारा, वकिलालाही स्वत:ची बटीक समजणारा.

मला जेलमधून निरोप येत होते. मी मुंबईत काही महत्त्वाचे खटले हाताळत होतो. काही सीनिअर वकील 'तुम्ही सुरेश म्हात्रे मर्डर केसमध्ये येताय का?' अशी विचारणा करू लागले. माझे तर काहीच ठरले नव्हते. पण शिरीषचा निर्णय पक्का झाला होता. त्याने मी केस घेतल्याचे आधीच जगजाहीर करून टाकले होते. कोर्टात तो माझे वकीलपत्र दाखल करायला मुदती मागत होता.

अशा पराकोटीच्या आत्मविश्वासानेच तर त्याने त्याची कबर खोदून घेतली होती.

शिरीषची आणि माझी भेट झाली, त्यापूर्वी हस्तकांकरवी मला कागद पोहोचले होते. प्राथमिक बोलणीही झाली होती. खटला एकदम वाईट म्हणजे, कोणताही शहाणा वकील टाळेल, असा— पण तरीही आव्हान देणारा. अडचण 'ह्या आरोपीचा स्वभाव'. अनेकांनी मला सावध केलेले. पण पक्षकाराची श्रद्धा आणि विश्वास. या व्यवसायात तोच तर पायाचा दगड असतो. आरोपी गुन्हेगार आहे, म्हणून पळ काढणार कसा? फौजदारी वकिली करणार कशी? मला तर नाव कमवायचे होते, मोठे व्हायचे होते. त्यामुळे अशी आव्हाने मला खुणावत होती. त्यांचे जणू मला व्यसनच लागले होते.

एक तर मोठमोठ्या नावाजलेल्या वकिलांसोबत मला काम करायची संधी मिळणार होती, नाव होणार होते आणि आर्थिक गणितही सांभाळले जाणार होते.

गेली दोन-अडीच वर्षे मी या केसमध्ये 'झुंज देतोय'. खटला न्यायप्रविष्ट आहे. अजून आरोप सिद्ध झालेला नाही. नेहमीप्रमाणे माझा आरोपी निर्दोष असल्याचा बचाव मी घेतलाय. सारं कसब पणाला लावलेय. पक्षकारांमधले न्यायप्रविष्ट संवाद आपल्यासमोर मांडणे संकेताविरुद्ध आहे. तरीही शिरीषच्या रूपाने एक विलक्षण माणूस माझ्या आयुष्यात आला.

शिरीष शानशौकीत राहणारा. बोरिवलीच्या गल्लीत वाढलेला. मुंबई वाढली, व्यापार वाढला. मुलांच्या अंगातील डेअरिंग वाढले. शिरीष क्रिकेट खेळायचा. नेतेपणाची त्याला भारी हौस. समोरच्याला नडायचेच, असे ठरवून तो अंगावर जायचा. मारामाऱ्या करायचा. रॉबिनहूड बनायला जायचा.

पोरांना तो रक्षणकर्ता वाटायचा. गल्लीत गोविंदा काढायचा. स्वत:चे पथक तयार करायचा. त्यासाठी खूप मेहनत घ्यायचा. मोबाईल नावाच्या जादूच्या यंत्रासोबत खेळायचा. दोस्ताना वाढत गेला. भाईगिरी वाढत गेली. हात पसरायच्या आधीच वर्गणी जमा होऊ लागली. भीक मागण्यापेक्षा दबदबा महत्त्वाचा. मुंबईत असे आदर्श जागोजागी होतेच. त्यांच्याकडे पाहत शिरीष मोठा होत होता.

साधारण मराठी, गुजराती कुटुंबं...घरून काही डबोले मिळण्याची आशा नाही. त्यामुळे पैशाची भूक स्वत:लाच भागवायची होती. शानशौकीपणा करायची हौस आणि हौस भागवायला दोस्ताना. साध्या लाईटच्या सामानाच्या दुकानातला वायरमन बघता-बघता कॉन्ट्रॅक्टर झाला, भाई झाला.

त्याला 'कॉन्ट्रॅक्ट किलर' ही पदवी अद्याप मिळायची होती. वाडीत एका दोघांना फार तर चापटवण्यापर्यंत मजल गेलेली. पण त्याच्यावर काहींची नजर स्थिरावली होती. त्या नजरा अनुभवी होत्या.

असाच कधी तरी तो क्रिकेट खेळताना भाई झाला असणार. डोकी फुटली. पोलीस स्टेशनची पायरी चढली असणार. हे एक काल्पनिक चित्र, पण अनुभवाने रंगविलेलं.

शिरीष आता गुन्हेगारीच्या पाठशाळेत दाखल झाला होता. पोलिसांनी त्याला फोडलेही असेल; पण तो मार एकदा सहन करायची सवय झाली की, पुढची प्रगती कठीण नसते. खाईत लोटणारी दरी दिसण्यापेक्षा पैशांची वाहती गंगा विलोभनीय असते. आत्महत्येचे दुःख करायला वेळ नसतो. त्यापेक्षा बारमधला किणकिणणारा आवाज अधिक मोहक असतो. तो सहवास, पायांचे थिरकणे नशा आणते— कैफ चढवते. पुन्हा पुढचे गुन्हे त्या नशेतच घडत जातात.

शिरीष वेडा नक्कीच नव्हता. लोकांना मूर्ख समजत नव्हता. आपण काय करतोय, त्याची त्याला पूर्ण माहिती होती. त्याला नेता बनायची हौस होती आणि समोर गँगवॉरचा आदर्श होता. भाईनाच दुनिया सलाम करते, या सिद्धान्तापर्यंत तो आलेला होता.

पैसे देऊन काहीही विकत मिळते, यावर त्याचा विश्वास जडला होता. तो समज खोटा आहे, हे ठरवणारा सोबत कुणी साथीदार नव्हता. आई-बापाला पोरगा इतका डेरिंगवाला का व कसा बनतोय, ते पाहायला वेळ नव्हता. घरात मोठा टी.व्ही. आला होता. चांगले-चांगले मोबाईल येत होते. पोराला भेटायला लांबून-लांबून माणसे येत होती. आता तर पोराने वेगळी व्यवस्था करून ऑफिस थाटले होते. पोरगा या वेळी नगरसेवक होणारच, असे शेजारीपाजारी बोलत होते.

शिरीष पण रात्री-बेरात्री चाळकऱ्यांना उपयोगी पडत होता. हवालदारालाही वेळ प्रसंगी दम भरत होता. कुणाचा हात-पाय मोडला, तर औषधे आणून देत होता. हॉस्पिटलची बिले भरत होता. पोलीसही कधी कधी चाळीत येत, पण हात ओले झाले की परत जात.

शिरीष प्रेमात पडला. पुन्हा त्याच्या स्वभावामुळे एकटा पडला. आता त्याच्या मैत्रिणी वाढू लागल्या. घरच्यांना सून पाहिजे होती. पण हा फाटक्या तोंडाचा. धंदा काय करतोय कुणी विचारले, तर सरळ 'भाईगिरी करतो' असे

सांगायचा. खंडणी मागतो सांगायला त्याला अभिमान वाटायचा.

शिरीषचा दोस्ताना वाढत होता. त्यांत पोलिसांचे खबरे होते. पोलिसांशीच दोस्ती करून त्यातच मांडवली करणारा शेट्टी नावाचा दलाल त्याला मोठ्या भावासारखा वाटू लागला. शेट्टी म्हणजे एकदम टिपटॉप माणूस. शानशौकीत रहाणारा. पोरी फिरवणारा, गाड्या बदलणारा. मंत्र्याचा पी.ए. म्हणून मिरवणारा. दिल्लीला ऑफीस आहे सांगणारा. सतत मंत्रालयाच्या गोष्टी करणारा. पोलिसांच्याही बदल्या फिरवून देणारा. सतत दौऱ्यावर असायचा आणि गेमही मोठमोठे वाजवायचा. त्याला धंद्याचे नवे गणित सापडले होते.

शेट्टीने स्वतःची वेगळी ओळख बनवलेली होती. रेशन दुकानवाले, काळा बाजारवाले, अमली पदार्थवाले, पेट्रोल भेसळवाले यांची माहिती त्याच्यापर्यंत पोचायची. मग तो रीतसर पोलिसांना खबर द्यायचा. पोलिसांचा सिक्रेट मनी असतो म्हणे. अशा खबऱ्यांना त्यातून पोसले जाते. पोलीस धाड टाकायचे. शेट्टीची पत वाढायची. केस झाली तरी फायदा. पुन्हा प्रकरण मिटवायचे असेल, तर मोठी तोड व्हायची. शेट्टीच 'मांडवली' करायचा. पैसाही चांगला मिळायचा. शेट्टी मंत्र्यांच्या गाडीतूनही फिरायचा. त्यामुळे पोलिसांना तो हवाहवासा वाटायचा. कधी कधी मंत्रीही धाड टाकायचे. खूप प्रसिद्धी मिळायची. सर्व जण पोटभर जेवायचे.

शेट्टीला आता डेअरींगवाल्या मुलांची गरज होती. नेटवर्क भारतभर पसरवायचे होते. सभ्यपणा, शिक्षण, पोलीस आणि मंत्रालय हातात...इतके सर्व योग त्याच्या कुंडलीत होते. तो इतरांनाही या जाळ्यात ओढत होता. पोलिसांमध्येही काही हेर असतातच. त्यांची तिरकी नजर अशा समाजसुधारकांवर होतीच. ते फक्त वाट पाहत होते.

सुरेश म्हात्रेचे नाव तोपर्यंत सर्वदूर पसरले होते. मटकाकिंग म्हणून तो प्रसिद्ध होता. दिवसाला लाखो रुपयांची उलाढाल होती. त्यामुळे सर्व काही पायाशी लोळण घेत होते. पण त्याच्या लक्ष्मीला दृष्ट लागली होती. तो स्वतः अमली पदार्थाच्या आहारी गेला होता. त्याला त्याशिवाय जगणेच अशक्य झाले होते. शिवाय घरचेच भेदी झाले होते. अब्जावधीची प्रॉपर्टी खुणावत होती. पैशापायी रक्ताची नाती पातळ होत होती. भाऊ भावाच्या जीवावर उठला होता. घरातच दोन भावांचा अकाली आणि संशयास्पद अपघाती मृत्यू झाला होता. लक्ष्मी पांढऱ्या पायांनी घरात येत होती आणि कुंकू पुसून जात होती.

अशा अनौरस संपत्तीला पळवाटाही फार असतात. तिजोरीलाच बिळे

पडतात; त्याची भगदाडे व्हायला वेळ लागत नाही. मग एकदा का तो संपत्तीच्या मोहाचा पडदा डोळ्यावर चढला की, मग सुपारी निघायला वेळ लागत नाही.

पोलिसांचे म्हणणेही तेच होते. घटस्फोटित पत्नीला पैशाचा मोह सुटला. मटक्याच्या धंद्यावर कब्जा करण्यासाठी ती वेडीपिशी झाली होती. चार्जशीटप्रमाणे आणि नातेवाइकांच्या साक्षीप्रमाणे त्यासाठी बॉडीगार्ड मित्राला गाठले. मित्रांनी शेट्टीला गाठले. शेट्टीने शिरीषला गाठले. सुपारीची बोलणी झाली. पोलिसांचा तपास सांगत होता की, शिरीषने तीस लाखांची सुपारी घेतली. समीर पठाण नावाच्या मित्राचा ट्रक वापरायला घेतला. एकदा मे महिन्यात प्रयत्न फुकट गेला. मग कोर्टाच्या तारखेच्या दिवशी गेम वाजवायचे ठरले. पुन्हा १० जूनचा मुहूर्त ठरला. मोबाईलच्या मदतीने निगराणी ठेवली गेली. टार्गेट सुरेश म्हात्रे होता. तो कोर्ट सोडून निघाला. त्याच्या मागावर मारेकरी होतेच.

मुख्य नाक्यापर्यंत ट्रक नेला होताच. म्हात्रे आपल्या बॉडीगार्ड, वकील, साथीदार यांच्या सोबत कोर्टातून निघाल्यावर ट्रकही निघाला. ऑर्डर मिळाल्यावर ट्रक सुसाट सुटला. खाडी पूल उतरून सरळ येऊन गाडीवर आदळला. पाच जण जागीच ठार झाले. एक जण जिवंत होता. त्याला लोकांनी खासगी गाडीने जिल्हा रुग्णालयात हलवले. तेथून मुंबईला हलवले तेथे त्यानेही प्राण सोडला.

इकडे पोलीस आले. दरवाजे तोडून प्रेते बाहेर काढली. क्रेनने गाड्या रस्त्यावर घेतल्या. बघ्यांचे जाबजबाब झाले, जागेचा पंचनामा झाला. ट्रकवरच्या नंबरवरून मालकाशी संपर्क साधण्यात आला. तो समोर निघाला. याला उचलल्यावर ड्रायव्हर मिळाला. त्यांना गोंजारल्यावर शिरीष मिळाला, साथीदार मिळाले. मोबाईल मिळाले. मयतांचे ठावठिकाणे मिळाले. गुन्ह्याचा उद्देश समजला. कोर्टातून अधिक तपासासाठी पोलीस कोठडी मिळाली. सुपारीची रक्कम जप्त झाली. गुन्ह्यातल्या गाड्या जप्त झाल्या. तपास अचानक मुंबई क्राइम ब्रँचकडे गेला. एका माहीतगार आणि डोकेबाज तपासी अंमलदाराकडे तपास आला. जुने शत्रुत्व उकरून काढले गेले. कट-कारस्थान उघड करण्यात आले. 'मोक्का' लावण्यात आला. संघटित गुन्हेगारी ठरवण्यात आली. मयताच्या पत्नीला, मुलाला कटाचे भागीदार बनविण्यात आले.

कोर्टात खटला उभा राहिला. पोलिसांचा पहिलाच प्रयत्न फसला. उच्च न्यायालयाने 'मोक्का' उठवला. पण या बहुचर्चित खटल्यात जामीन नाकारले. काही जण सर्वोच्च न्यायालयात गेले, पण काही उपयोग झाला नाही. खटला रोजच्या रोज चालविण्याचा आदेश झाला. तसा तो सुरूही झाला.

सर्वच आरोपींनी गुन्हा नाकारला. साक्षी-पुरावा सुरू झाला. आरोप-प्रत्यारोप झाले. बहुचर्चित खटल्यात एकेका साक्षीदाराची पिसे निघाली. उलटतपासात पोलीस तपासावरच प्रश्नचिन्ह उभे केले गेले. दोन आरोपी माफीचे साक्षीदार झाले. त्यांना कायद्याचे संरक्षण मिळाले. साक्षीनंतर त्यांना जामीनही झाले.

प्रसारमाध्यमांनी हा खटला डोक्यावर घेतला. दूरदर्शनच्या वाहिन्यांना चार दिवस चघळायला विषय मिळाला. चोथा झाल्यावर ते सर्व दुसऱ्या विषयाकडे वळले. मजल-दर मजल करत आता खटला शेवटच्या टप्प्यावर आलाय.

न्यायालय आपले काम करेल. आम्ही वकीलमंडळी प्रयत्नांची शिकस्त करू. निकालाचा अंदाज वर्तवायचा नसतो आणि न्यायदानात अडथळा येईल असे भाष्यही करायचे नसते.

पण या खटल्याने बरेच काही अनुभवायला मिळाले. निकालानंतर त्यावर भाष्यही करता येईल, कोर्टातला आरोपींचा थाटमाट पाहायला मिळाला. या खटल्याने मला वारेमाप प्रसिद्धी दिली. गावचा वकील मुंबईतही कसा प्रभावी ठरू शकतो, हे दाखविण्याची संधी मिळाली. सरकारी वकील म्हणून केलेले काम व जिल्हा न्यायालयाचा अनुभव या दोन्ही गोष्टी पोलीस तपासाचा उलटतपासात पंचनामा मांडताना कामाला आल्या.

शिरीष शेवटचा भेटला तेव्हा एवढेच म्हणाला, ''वकीलसाहेब, मी मूर्ख म्हणून नाही तुम्हाला इतक्या लांबून आणून उभे केले; माझी केस फक्त तुम्हीच मांडू शकता, हे मला माहीत होते.''

त्याचा माझ्यावर विश्वास होता.

तोच विश्वास शेवटपर्यंत कायम राहील, इतकी मेहनत मी या खटल्यात घेतली.

पक्षकाराची बाजू समर्थपणे मांडली. पोवळे नावाचा पोलीस अधिकारी या खटल्यात आहे. त्याच्या कामाची पद्धत अनुभवास आली. मुंबई पोलीस अशा काही मेंदूमुळेच अजून टिकून आहे, याची खात्री झाली. हा माणूस जातीने कोर्टात हजर राही. सर्वांशी प्रेमाने वागे, आरोपींच्या पोटात शिरे. त्याचे इमान त्याच्या कागदांशी होते. एक जिद्दी पोलीस अधिकारी काय करू शकतो, ते या खटल्यात अनुभवायला मिळाले.

या खटल्यात अनेक प्रश्न उपस्थित झालेत. तो गुंता आता कोर्टाला सोडवायचाय, पण तरीही पोलिसांच्या अनेक चुका या सुनावणीत दाखवण्यात आल्या. तीन पातळ्यांवर या गुन्ह्याचे तपासकाम सुरू होते. मोठमोठे वरिष्ठ

अधिकारी या तपासात सहभागी होते. थोरा-मोठ्यांचे मार्गदर्शन त्यांना लाभत होते. तरी गुन्ह्याची दुसरी शक्यता पडताळून पाहण्यात आली नव्हती. तपास फक्त एकाच दिशेने झालेला होता. मयतांना दुसऱ्या कुणापासून धोका नव्हता, हे समोर आणलेच गेले नाही. मयताजवळील एक संशयित बॅगेचा पंचनामा केला गेला नाही. मयताच्या भावाविरुद्ध तपासच झाला नाही.

मयताच्या भावाने स्वत:वरच गोळ्या झाडून घेण्याचा नंतर कांगावा का केला, ते तपासले गेले नाही; जिवंत राहिलेल्या जखमीचा शक्य असूनही मृत्यूपूर्वी जबाब नोंदविला नाही. नेहमीचेच पंच पुन: पुन्हा वापरले गेले. त्यांनी शपथेवर सरकारपक्षाच्या विरुद्ध साक्ष दिली. माफीचे साक्षीदार करायची वेळ सरकार पक्षावर आली.

जप्तीचे पंच भर कोर्टात फुटले. फिर्याद आणि जागेच्या पंचनाम्यावरच शंका उपस्थित झाल्या. आता सर्व वाट पाहताहेत ती न्यायदानाची. यापुढे बरीच चिरफाड होईल. पुन्हा काही दिवस बातम्या झळकतील.

पण पुढे काय? मध्यमवर्गीय तरुणांपुढे आदर्श कुणाचे आहेत? हे आदर्श बदलायचा प्रयत्न कोण करणार? काही लाख रकमेसाठी एक जण दुसऱ्याला मारण्यासाठी तिसऱ्याकडून सुपारी घेतो. मरणारा कुणी शत्रू नसतो; तरी शांत डोक्याने तो काम करतो, गेम वाजवतो. अशा सुपारीबहाद्दराचीच चर्चा होते. त्याला हीरो बनवले जाते. त्याची किर्ती वाढते. घरच्याचे राहणीमान सुधारते. पुढची सुपारी वाट पाहत असते. त्यांचेही प्लॅनिंग असते.

त्यांना बेड्यांची भीती नसते,
शिक्षेचे टेन्शन नसते.
मस्त जगण्याचा त्यांना कैफ असतो.

□□

२५. शासकीय रखवालदार

समोरचा सनदी अधिकारी पत्रकारांना फोन करून सांगत होता. दुपारी सर्व पत्रकार मित्र जमले. कलेक्टरचा बंगला त्या काळात पत्रकारांना खुला असायचा, कारण कलेक्टरनेही पत्रकारितेच उमेद घालविली होती. पत्रकारांना जिल्हाधिकारी एक स्थानिक दैनिक दाखवत होते, त्या दैनिकात एका राष्ट्रीय नेत्याचा चुकीचा फोटो छापला गेला होता.

घटना साधी होती. पण त्या कलेक्टरचा दैनिक चालविणाऱ्या संपादक आणि मालकांच्या दांभिकपणावर राग होता. दुसऱ्यांना सतत अक्कल शिकवणाऱ्या आणि दुसऱ्याच्या डोळ्यांतलं कुसळ शोधणाऱ्या विकृतीचा संताप होता. त्यामुळे त्यांनी आपल्या भावना मोकळ्या केल्या होता.

असा सनदी अधिकारी व्यवस्थेविरुद्ध फार काळ एका जागी टिकण्याची शक्यताच नव्हती. विचार स्वतंत्र होते. तो चळवळीतला कार्यकर्ता होता. व्यवस्था

सुधारण्याच्या जिद्दीने प्रशासनात आला होता. पण अतिस्पष्ट बोलण्याचा स्वभाव त्याला नडला. व्यवस्थेबाहेर पडला. पुढे समाजकारणात आला, राजकारणात ओढला गेला आणि अस्तित्व संपवून मोकळा झाला. आता तो मते मांडण्यासाठी खाजगी वाहिनींवर दिसतो. पण स्वत: मात्र व्यवस्थेत राहून तो लढू शकला नाही. व्यवस्थेच्या बाहेर पडूनही व्यवस्था बदलू शकला नाही. राजकारणात जाऊन निवडून येऊ शकला नाही. त्रिशंकू अवस्थेत केवळ व्यवस्थेविरुद्ध नक्राश्रू ढाळणे सोपे असते.

हेच कलेक्टर पुढे मुख्यमंत्री कार्यालयात गेले. तेथे हवा असलेला लवचिकपणा त्यांच्यात नव्हता. तोच तर त्यांचा दुर्गूण होता. 'येस सर' बोलताना त्यांचे मन खात असे आणि निवडून आलेला आमदार त्यांना शेवटी 'पी.ए.' समजत असे, हेच त्यांचे दु:ख होते. अनेक प्रशासकीय अधिकारी येतात आणि बदलून जातात. खरं तर स्वतंत्रपणे पारदर्शी प्रशासन चालवणे त्यांच्या हातात असते; पण अनेकांना पालकमंत्र्यांचा फोन आल्यावर घाम पुसताना आणि 'येस सर' म्हणताना मी पाहिलेय.

मंत्री, आमदार, खासदारांना प्रशासन आपले बटीक वाटते. पाण्यात राहून माशाशी वैर करायची तयारी प्रशासनाची नसते. बदलीची, चौकशीची भीती वाटत असते. आपले प्रशासकीय अध:पतन व्हायला ही कारणे पुरेशी आहेत. एक कलेक्टर— प्रमोटेड, त्याला जातीचा आधार. नखशिखान्त भ्रष्ट, मंत्र्याची चप्पल उचलायलाही कमी करणार नाही— असा. डामडौल मोठा, बडेजाव मोठा. सण साजरा करायचा म्हटल्यावर कुणालाही शब्द टाकायला न लाजणारा. इस्टेट एजंटना बंगल्यावर खुलेआम बोलावणारा. सत्तेचा वाटेकरी आणि लोकशाहीचा मारेकरी. तुघलकी कारभार, त्यामुळे सत्ताधाऱ्यांची उत्तम ऊठ-बस करायचा. मंत्री खूश, आमदार खूश; पण तरीही त्याला जावेच लागले. शेवटी-शेवटी कमविलेली गडगंज संपत्ती कामाला नाही आली. विकलांग अवस्थेत त्याला इहलोक सोडावा लागला. आपल्याला तलाठी पैसे मागताना दिसतो, हवालदार दिसतो; कारण त्यांचा आपल्याशी थेट संपर्क येतो. हे बडे-बडे प्रशासकीय अधिकारी, पोलीस अधिकारी, जज्ज ज्यांनी देश आणि व्यवस्था चालवायची— त्यांचे काय? किती भ्रष्ट अधिकारी पकडले जातात? कितींना पोलीस कस्टडी मिळते? जो पकडला जात नाही, तो प्रामाणिक ठरतो. निवृत्त झालेले काही बडे अधिकारी आपल्या मुला-मुलींची लग्ने इतकी थाटात कशी करू शकतात? चार वर्षे वाट पाहून काही मंडळी कमावलेले धन बाहेर

काढतात. बेनामी माया जमवितात.

आता तर तशीही परिस्थिती राहिली नाही. राज्यकर्त्यांना अशी नासलेली मंडळी धूप घालत नाहीत. त्यांनाही राजकारण समजत असते. कुठे वाकायचे, हे माहीत असते. काही सिकंदर तर रॉबिनहूड स्टाईल पैसे कमावतात. एकीकडे सभासंमेलनात सानेगुरुजी, शाहू, फुले, आंबेडकरांचा उदो-उदो करतात; दुसरीकडे मुलाचे मोठमोठे उद्योग सुरू करतात. त्यांचे आपण काहीच वाकडे करू शकत नाही— निदान त्यांची तरी तशी खात्री झालेली असते.

शासनाकडे यंत्रणा नसते, असे नाही; पण शासन बुरखा काढायला तयार नसते. अशा दोन-चार मोठ्या धेंडांना उघडे करण्याची ताकद त्यांच्यात असते, पण तेही असहाय असतात. ब्लॅकमेल करून आपली पोळी भाजून घेण्यात काही राजकीय नेत्यांना शहाणपण वाटते. काही मंत्री सनदी अधिकाऱ्यांची चांगलीच हजेरी घेतात. कार्यकर्त्यांसमोर असे करणे गरजेचे असते. त्यामुळे मंत्र्यांची प्रशासनावरील पकड घट्ट असल्याची खात्री होते. या प्रथा बंद होत नाहीत; उलट कोडगे अधिकारी आणि दांभिक मंत्री यांची पैदास वाढतच जाते.

क्वचितच मंत्री आदराने समस्या समजून घेऊन सनदी अधिकाऱ्यांशी गोड बोलून काम करून घेताना दिसतो; बहुधा प्रशासनावर जरब असलेलाच मंत्री म्हणून फेमस होतो. अनेक मुख्य कार्यकारी अधिकारी मिनी विधानसभा समजली जाणाऱ्या जिल्हा परिषदेमध्ये येतात. राजकारण्यांशी, झेडपी सदस्य आणि पदाधिकारी यांच्याशी 'पंगा' घेणारा अधिकारी निलंबित होतो. निदान त्याला सक्तीचे रजेवर पाठविले जाते. शेवटी त्यालाही कुणाचे तरी पाय धरावेच लागतात. ती त्या अधिकाऱ्याने केलेली तडजोड असते. शेवटी त्याला नोकरी प्रिय असते. घरची जबाबदारी असते. करिअरची काळजी असते. प्रगती करायची असते. हळूहळू त्याच्या भावना बोथट होत जातात. इच्छा-आकांक्षाना तो मुरड घालतो. सत्ताधाऱ्यांना तोही मायबाप समजू लागतो. सुरुवातीला काढलेली नखे आत वळवू लागतो. अशी थोडे-थोडे वाकायची सवय झाल्यावर त्याची गोड फळे त्याला मिळू लागतात. भेटवस्तूंनी दिवाणखाना भरू लागतो. सहीची खरी किंमत त्याला कळू लागते. ज्याला त्या सहीचा फायदा होतो, त्याला खर्च करायचाच असतो. आपण नाही घेतले, तर कनिष्ठ अधिकारी किंवा एजंट मलिदा खाणार— याचा त्याला हेवा वाटू लागतो. सर्व बिनबोभाटपणे, निर्विघ्नपणे पार पडते. कुणी बिचारा एका सहीनेच नामशेष होतो, कुणाचे ग्रामपंचायत सदस्यपद जाते. एखादी सरकारी जमीन उद्योजकाच्या घशात जाते. देणारा खूश

असतो. त्याला कामाची किंमत कळलेली असते. पुढे त्याची सवय होते. नोकरीत येताना घेतलेल्या आणा-भाका विसरल्या जातात. अंकुश कुणाचा नसतो. प्रलोभने शेकड्यांनी येत असतात. आता तर संघटन मागे असते. फार तर चौकशीचे नगारे पिटले जातात. घरी बसवले जात नाही. बदली होते. पुन्हा तेच. नवे साम्राज्य, नव्या ओळखी, नव्या संधी! देशप्रेम, तत्त्वाची लढाई कागदावरच राहाते. अशी माणसही लवकर प्रसिद्ध होतात. त्यांना प्रगतीची शिडी सापडते. पैसे पेरून वरची जाग मिळते. मंत्र्यांना खूश ठेवले की, बरेच काही साध्य होते.

सर्वच जण काही असे नसतात. जे चांगले असतात, ते शेवटी प्रवाहाच्या बाहेर फेकले जातात; नाही तर अडगळीत पडतात. अगदी बोटावर मोजता येतील असेच ताठ मानेने जगतात. मानाने निवृत्त होतात. मिळाले तेवढ्यातच समाधानी होतात. पण त्यांना फार मोठ्या विरोधाला सामोरे जावे लागते. तडजोडी कराव्या लागतात. प्रामाणिकपणाची शिक्षा भोगावी लागते. एकाकीपणाची सवय करून घ्यावी लागते.

एक सनदी अधिकारी अशीच तारेवरची कसरत करायचा. खूप लिखाण करायचा. पुढे लेखक झाला, पण प्रशासनात नापास झाला. काही जण सुरुवातीला एकदम कडक अवतार घेतात. सर्वांना घाबरवून सोडतात. अशा मंडळींचे पाणी मध्यस्थ ओळखतात. त्यांचा इतिहास, त्यांची कुंडली काढतात. 'साहेब फक्त मोठाच हात मारतात, ही बातमी त्यांच्यापर्यंत पोहोचते. परस्पर मोठे गेम वाजवले जातात. साहेबांचा गवगवा झालेला असतो. साहेबांची प्रतिमा स्वच्छ असते. मोठमोठ्या शहरात फ्लॅट सजत असतात. कुणाला सुगावा लागण्याचा प्रश्नच नसतो. नवा 'आदर्श' निर्माण होत असतो. चर्चा होते, तो वाळूचा एक कण असतो. रखवालदारानेच व्यवस्था सडवून टाकलेली असते. प्रशासनाने देशच लिलावात काढलेला असतो.

त्याला आपण घेतलेल्या शपथेची संधी वाटते. कायद्यातील कलमे त्याला भीती दाखवत नाहीत, त्याला आजचा दिवस महत्त्वाचा असतो.

आपण कोण आहोत, आपण कशासाठी आहोत— हे विसरणे फार कठीण नसते...

❑❑

२६. ससेहोलपट

शशी आदिवासी वाडीजवळचा. त्याचा बापही आदिवासी वाडीतच वावरलेला. त्यांच्या जोडीने मजुरीला जाणारा. परिस्थितीचे ओझे मानेवर घेऊन फिरणारा.

गावातले घर सोडून बाबा माळरानावर आले, ते गावच्या भांडणाला आणि भाऊबंदकीला कंटाळून. गावात घर होते, पण ते सणासुदीपुरतेच उरले. त्यापेक्षा गावापलीकडे, स्मशानाला वळसा घालून ठाकूरवाडीला लागून असलेल्या वरकस माळरानावर बेडे बांधले. तेथे दोनशे शेळ्या पाळल्या. त्यांच्यासाठी कुडाचे मचाण बांधले. चांगले धनगरी दोन कुत्रे पाळले.

ठाकूर वस्ती तशी प्रामाणिक. त्यांच्या दारातही सरकारी योजनेतून शेळ्या आलेल्या, पण बऱ्याच जणांनी त्या गावात लोकांना गोंधळासाठी विकून टाकल्या. कधी काळी सरकारी अधिकारी आलाच, तर शशीच्या गोठ्यात बकऱ्या ठेवल्यात— असे सांगून आदिवासी वेळ मारून न्यायचे.

शशी शिकलेला. शशीचे बाबा भजनाचे बुवा. शशी बारावी झाला आणि पोटापाण्याची व्यवस्था शोधू लागला. नाक्यावरच्या हॉटेलात काम करू लागला. मालक जातवाला असला तरी हॉटेल शेट्टीला चालवायला दिलेले. अण्णाचा त्रास होऊ लागला. शेट्टीचा बार होता. त्यांच्या लांड्यालबाड्या शशीला पचत नव्हत्या.

भगवान हा हॉटेल मालकाचा मुलगा. त्याला राजकारणाची आवड, ग्रामपंचायतीत चांगली ऊठ-बस. त्याच्याच ओळखीने हॉटेलचे परवाने मिळवायला शशी तालुक्याला जायचा. तिथेच टायपिंग शिकला. शशी बाहेरच्या जगात श्वास घेऊ लागला. चक्क फॅक्स मशीन वापरू लागला. मेल करू लागला. ओळखीतच तहसीलदार ऑफिससमोर झेरॉक्स मशीनवाल्याकडे वर्षभर रमला. ई-मेल करू लागला. या वर्षाच्या ट्रेनिंगमध्ये शशी खूप काही शिकला. व्यवहार शिकला. कारार बनवायला शिकला. संगणक शिकला. त्याला इंटरनेटचे जणू वेडच लागले.

झेरॉक्स मशीनच्या दुकानात बाळू रणपिसेच्या ओळखीने शशी चिकटला. हा बाळू भगवानचा मित्र. गावातलाच, पण उपद्व्यापी. कुणाची टोपी कुणाला घालेल, त्याचा नेम नाही. चांगला बोलघेवडा. बाळू भगवानच्या हॉटेलात असायचा. भगवानचा तो खास सल्लागार होता. कर्जाची जप्ती आली, तेव्हा बाळूमुळे वाचली. बाळू सर्वांनाबरोबर पटवायचा. लाईटवाल्याला पटवून बिले थकवायचा. एकदा तर कुण्या मद्राशाला आणून मीटरमध्ये गडबड करून घेतली. लाईटबिल निम्म्यावर आले. वर्षाने प्रकरण उघडकीस आले. पुन्हा पटवापटवी बाळूनेच केली. शशीला बाळू भगवानच वाटू लागला.

बाळू सिगारेटच्या झुरक्याबरोबर वर्तुळे सोडायचा. बिअरच्या घोटाबरोबर प्लॅन बनवायचा. शशीने बाळूला कधी खिशात हात घालताना बघितले नाही. पण बाळूची राहणी एकदम पॉश. बोलणे सराईत नेत्यासारखे. विषयाचा अभ्यास दांडगा. एखाद्याला चढवायचे ठरवले की, बाळू रंगात यायचा. भगवान म्हणायचा, ''बाळू बोलून बैलालापण गाभण ठेवेल!''

शशी बाळूच्या प्रेमात पडला. काही दिवसांनी बाळू माळरानावर मुक्काम करायला आला. बाळूने सर्वांचा विश्वास संपादन केला. आमदार बाळूचा मित्र— म्हणजे तसे तो सांगायचा. क्रिकेट स्पर्धेत आमदाराच्या मांडीला मांडी लावून बसायचा. जोरदार भाषणही ठोकायचा. प्रमुख पाहुणा बोलवायचा, त्याला मांडवामागचा हार स्वत:च घालायचा. माईकवरून पाहुण्याच्या नावाने बक्षीस जाहीर करायचा.

हुकमी वसुली करणारा, म्हणून आयोजकही बाळूला मानाचे पान द्यायचे. त्या रात्री जोरदार पार्टी असायची. ट्रॉफी देताना आमदाराच्या पुढे बाळूचा फोटो पेपरात दिसायचा.

बाळूला सरकारी योजनांची बरीच माहिती. कुठून कुठून कागद जमवायचा. आदिवासी वाडीला सोलर दिवे त्यानेच बसवले. त्यामुळे शशीच्या वाड्याचा रस्ता उजळून निघाला. पुढच्याच वर्षी रस्त्यावर काँक्रीट टाकले. ठेकेदार म्हणून बाळू शशीला उभा करायचा. चेक शशीच्या नावावर, पैसे मात्र बाळू काढायचा. एक मात्र पथ्य बाळूने पाळले— शशीला जणू दत्तकच घेतले. त्याचे कपडेलत्ते, चपला, छत्री-सर्व खर्च बाळूच करायचा. शशीला जुनी स्कूटर मिळाली, त्यातच शशी खूश होता. त्याच्यासाठी बाळू संकटविमोचक होता. जवाहर योजना आली. शशीच्या दारात जिल्हा परिषदेने मोठी विहीर खोदली. कातळ इतका लागला की, नवा पाया होऊन रस्त्याला दगड पुरला. बाळूच्या प्रयत्नांनी विहीर झाली. आदिवासींना पण पाणी झाले. बाळू त्यांचाही नेता बनला.

निवडणुकीच्या रात्री सर्व मते बाळूच्या ताब्यात. व्यवहार बाळू बघायचा. वस्तीवर कोणालाही फिरकून द्यायचा नाही. आदल्या दिवशीच सर्व ठाकूर काम बंद करायचे. सर्व उमेदवारांना बाळूचे पाय धरायला लागायचे. सर्वांशी बाळू प्रेमाने वागायचा. पुढचे महिनाभर शशी पण खूश असायचा. मते कुणाला द्यायची, ते बाळू सांगायचाच नाही; उलट 'कोणतेही बटण दाबा' असे सांगायचा. ठाकरं नेहमीच्या हप्त्यावर खूश असायची. त्यांना बाळू अडल्या-नडल्यावेळी उपयोगी पडायचा. कौले खरेदी करायचा. वीटभट्टीवर भांडण झाले, तर पोलिसांना संभाळायचा. बाळूची गाडी आली की, ठाकरांची पोरं गलका करायची. त्यांना बिस्किटं मिळायची. रात्री-बेरात्री बाळूकडून उधारीही मिळायची.

बाळूनं कधी निवडणूक लढवली नाही. कोंबड्या झुंजवण्यात त्याला आनंद वाटायचा. सर्वांना खूश ठेवून बाळू कामे करून घ्यायचा. बाळूला मजूर कधी विकत घ्यावे लागले नाहीत. मोर्चालाही बाळू ट्रक भरून माणसे न्यायचा, वरती वडापाव द्यायचा. बाळूला ही पदरमोड कशी जमते, हा प्रश्न पडायचा. पण ती त्याची गुंतवणूक असायची.

शशीचे शेतावरचे घर आता आकार घेत होते. विटाही बाळूनेच आणल्या होत्या. स्वप्नं प्रत्यक्षात उतरली होती. पहिल्याच वर्षी बेड्याचे घरात रूपांतर झाले. मळा फुलला, भरपूर भाजी आली. रोकडे पैसे आले. घरचे पण खूश झाले. घरासाठी पतपेढीचे कर्ज झाले. बाळूने सर्व काही बिनबोभाटपणे पार

पाडले. कर्ज शशीचे नावावर; बाप जामीन, भगवान हा दुसरा जामीन. बाळू आता शेतावरच राहू लागला.

कॉम्प्युटर आला, इंटरनेट आले, पुस्तके आली आणि बाळू बिझी झाला. आता त्याने इमू पाळण्याचे खूळ डोक्यात घालून घेतले होते. शशीला त्याने या व्यवसायात भागीदार बनवून टाकले. कागद-लिखापढीचा प्रश्नच नव्हता. बाळू घरचाच सदस्य झाला होता.

इमू पक्षी आले. ती कोंबडीसारखी दिसणारी पिल्ले...हैदराबादची दोन माणसे वस्तीला होती. आठवड्यात सर्व काही उभे करून गेली. लहान पिल्लांसाठी वेगळी व्यवस्था. मग सहा महिन्यांपुरती दुसरी व्यवस्था. त्यांची औषधे, खाणे, सर्वांचे प्रशिक्षण झाले. आता पाणी प्यायला उसंत मिळत नव्हती. होती नव्हती-तेवढी सर्व कमाई शशीने या नव्या धंद्यात लावली. बाळू तर सतत मोबाईलवरच असायचा.

इस्टेटीला पाटी लागली. बँकेचे अधिकारी आले. त्यांना छानपैकी पटवण्यात आले. दोन हजार रुपयांना एक अंडे, आठ हजार रुपयांना एक पिल्लू, चारशे रुपये किलो मटण— कुणीही भुलावे, असा धंदा. हे मोठमोठे अल्बम आणि कात्रणे दाखवायला तयारच होते. पुन्हा कागदपत्रे रंगली. शशीच्या नावावर दहा लाखांचे कर्ज झाले. इमूची गुंतवणूक बाळूची. पुढचे पैसेही बाळूचेच आणि हप्तेही बाळूचेच. पक्षी मोठे होत होते. आता त्यांना मोठमोठ्या जाळ्याच्या कंपाऊंडमध्ये हलवले होते. पहाटेच भाजी मार्केट गाठावे लागे. व्यापाऱ्यांकडून कोबी, काकडी आणावी लागे. कांद्याच्या गोणी येत. खाण्याच्या गोणींचे हिशोब ठेवता-ठेवता नाकीनऊ येत. राहणीमान सुधारत होते. बाळूने मारुती व्हॅनच खरेदी केली. त्यातून दौरे सुरू झाले. संपूर्ण कोकणात इमू पालनाचा प्रसार झाला. शशीकडे नवनवे खरेदीदार येऊन राहू लागले. त्यांना पक्षिपालनाचे प्रशिक्षण सुरू झाले. फार्मवर बघ्यांची गर्दी होत होती. शूटिंगवाले, पत्रकार, चॅनलवाले...जोरदार प्रगती होती.

रोज सकाळी त्या शिटी काढणे, खाण्या-पिण्याची भांडी धुणे, इमूंना साफ ठेवणे, त्यांना कोशिंबीर खायला घालणे, डॉक्टरकडून त्यांची तपासणी करून घेणे— तसे चोवीस तासांचे काम. इमू बकासुरासारखे खात होते. दोन वर्षांत धंदा कोकणला पोचवला. अंडी उबवायचे यंत्रही आले. त्याच्यासाठी स्वतंत्र खोली. लाईटची शाश्वती नाही म्हणून जनरेटरची व्यवस्था, वेगळी कुंपणव्यवस्था. एक उद्योगच शशीच्या नावावर उभा राहिला. मेहनतीचं चीज

झालं होतं. गोवा, शिर्डी, बारामती, सांगली अशी अनेक ठिकाणे यामुळे पाहता आली.

इतर फार्मवाले औषधे मागू लागले. फीड मागू लागले. इमूंची मागणी वाढू लागली. पत्रके, माहितीपुस्तिका छापून आल्या होत्या. शशी आता इमू फार्मचा मॅनेजर झाला होता. हाताखाली चार नोकर होते. दारात टेम्पो होता. चार वर्षांत जवळजवळ वीस फार्मवर पक्षी पोचले होते. दारात शंभरएक जोड्या डौलाने बागडत होत्या. लोकांना या शहामृगांची उत्सुकता होती.

दिवस भराभर निघून गेले. हॅचरीचे मशीन म्हणजे पांढरा हत्ती. फार्मवरून अंडी येत होती. त्यांना कोडनंबर देणे, त्यांचा हिशेब ठेवणे महत्त्वाचे होते. इंटरनेटचे ज्ञान कामी येत होते. बाळू देशाच्या सीमा ओलांडून पुढे-पुढे चालला होता. दोन-चार बॅच उत्तम झाल्या. साठ-सत्तर टक्के पिल्ले मिळाली, त्यापैकी ऐंशी टक्के विकता आली.

लोकांचे पैसे आधीच जमा झाले होते. पण तितके पक्षीच तयार होत नव्हते. याची शेंडी त्याला लावण्याचे प्रकार सुरू झाले. शशीचे बाबा धोक्याची घंटा वाजवत होते, पण थांबायला वेळ नव्हता.

जनरेटर बंद पडला. संपूर्ण बॅच फुकट गेली. विघ्ने एका पाठोपाठ एक आली. फार्मवाले बाळूला शोधत येऊ लागले. बाळू रेंजच्या बाहेर केव्हाच गेला होता. करार घेऊन खरेदीदार येऊ लागले. कंपनीच्या नावे करार होते. तिचा शशी भागीदार होता. पक्षी पुरवणार कोठून? याचे पक्षी त्याला दिलेले. अंड्यांचे पैसेही पूर्ण न केलेले. हिशोब कागदावरच राहिला. स्तुती करणारे वसुलीला धावू लागले. वर्षभर थांबून बँकवाले मागे लागले. नोटिसांवर नोटिसा येऊ लागल्या. शशीवर तोंड लपवण्याची वेळ आली. होते ते इमू खायला उठले. विकायचे, तर कोण खरेदीदार नाही. पिल्ले बनवायला अंडी नाहीत. आधीचाच हिशेब बाकी असल्याने पुढचा पुरवठा बंद. इतर फार्मवाले चांगलेच अडचणीत आले. प्रत्येक जण आठ-दहा लाखांना धुपला होता.

बँकेचा हुकूमनामा हातात पडला. कशी तरी दोन वर्षे शशीने तग धरला. जमीन विकली. येईल त्या किमतीला मशिनरी विकली. कवडीमोल भावाने इमूंना विकले. लळा लावलेले ते इमूपक्षी व्यापारी खाटकाप्रमाणे ट्रकमध्ये कोंबत होते. डोक्यावर अजून आठ-दहा लाखांचे कर्ज बाकी होते. आयुष्याची सहा वर्षे पाण्यात गेली होती.

शशी रोज रडत होता,

रोज कुढत होता...
दुनियेसाठी तो 'चोर' ठरला होता.
कर्जबाजारी झाला होता.
हतबल झाला होता.
बदनाम झाला होता.

❑❑

२७. तडजोडीचा मार्ग

अॅड. विलास नाईक गेली पंचवीस वर्षे वकिली करतोय. समाजाला जवळून अनुभवण्यासाठी वकिली आणि पत्रकारितेसारखा मार्ग नाही. सुदैवाने हे दोन्ही मार्ग माझ्या वाट्याला आले.

सकाळी नऊ वाजता घर सोडायचे, वकिलांचे घरी वर्षानुवर्ष जायचे, कोर्टात जाऊन तारीख कधी मिळेल त्याची वाट पाहायची. तारखा मिळायलाही हजार कारणे. कधी रस्ता रोको, नाही तर समोरच्या वकिलांची अडचण. या तारखा मिळण्याच्या कारणांवर एखादा विनोदी ग्रंथ निघू शकेल. आमच्या एका फौजदारी खटल्यातील आरोपींना छळण्यासाठी मुंबईतील कोर्टातील एक सरकारी वकील साक्षीदाराला परत पाठवायचे व आरोपीला हेलपाटा घालायला लावायचे. त्यात त्यांना आसुरी आनंद मिळायचा. अनेक वेळा कोर्टात लांबून आलेल्या पक्षकारांना फेरा पडतो. कधी जज्ज अचानक रजेवर गेल्यामुळे तर कधी समन्स

लागत नाही म्हणून, फौजदारी खटल्यात पोलीस साक्षीदार 'शिकात' जातात, नाही तर 'बंदोबस्त ड्युटीवर' जातात. त्यामुळे तारखा पडतात. कोर्टाबद्दलचे पक्षकारांचे मत बदलते ते अशा अनेक कारणांसाठी. कोर्टातील कामे वर्षानुवर्षे खितपत पडतात. मोठ्या आशेने हातातील कामे टाकून आलेल्या पक्षकारांचे स्वागत करतो तो दारातला शिपाई. त्याच्या नाकादुऱ्या काढाव्या लागतात. तोही तोऱ्यात असतो. तारीख देण्यासाठी हात ओले करावे लागतात. तसा नियम नसला तरी अनेक वेळा अनुभव येतो. पुन्हा न्यायदान काय होईल, त्याचा पत्ता नसतो. प्रत्येक केस किंवा प्रत्येक मुद्दा आपल्या बाजूचा असतोच, असे नाही. कोर्टात येणारा पक्षकार केवळ आशेवर जगत असतो. न्यायदानावर त्यांनी त्याच्या आयुष्याचा 'कौल' लावलेला असतो. कौल त्याच्या बाजूने लागला, तरी अपिलांचा फेरा काही चुकत नाही. शिवाय हायकोर्ट, सुप्रीम कोर्टात जाण्याएवढी जिद्द त्याच्यात उरतेच, असे नाही.

यावर रामबाण उपाय म्हणजे 'तडजोड'. पण हे शहाणपण सुचण्यासाठी वेळ यावी लागते. टक्के-टोणपे खावे लागतात. खरे तर खाज म्हणून फार थोडे कोर्टात येतात. नाईलाज म्हणून, शेवटचा पर्याय म्हणून बरेच जण कोर्टात येतात. काहींना दुसऱ्याच्या हौसेकरता कोर्टात खेचले जाते. मग 'इगो' नावाचा राक्षस त्यांच्या मागे लागतो. "प्रॉपर्टी विकायची वेळ आली तरी चालेल, पण सामनेवाल्याला धडा शिकवेन'' —अशा भाषा वापरल्या जातात.

सुरुवातीला दोन्ही पक्षकार जोरात असतात. त्यांच्यात अनेकांनी हवा भरलेली असते, आशा दाखविलेली असते. पहिलीच गाडी पंक्चर होते ती मनाई हुकमाच्या अर्जाचे वेळी. कुणाला तरी मनाई हुकूम मिळतो, कधी कधी मनाई आदेश अर्ज नाकारला जातो. मग जेव्हा अपिलांची वेळ येते, खिशाला कात्री लागायला लागते; तेव्हा कुठे कोर्टात येण्याची चूक उमगू लागते. 'झक् मारली आणि कोर्टाची पायरी चढलो' अशी भावना होणे, हे आपल्या व्यवस्थेचे अपयश. त्याला आपण सर्वच जबाबदार असतो.

तडजोडीचे प्रयत्न करणारे समाजसेवक, वकील, न्यायाधीश यांना पाहिजे तेवढा मान मिळत नाही. अनेक गावांत आता काही ग्रामस्थ, पदाधिकारी, तंटामुक्त ग्रामयोजनेखाली त्यांच्याकडे येणारे तंटेबखेडे मिटवीत असतात. गावातील वकीलमंडळी आणि सेवानिवृत्त मंडळी त्यांना मदतही करीत असतात. मागील दोन-तीन वर्षांत वादविवाद लक्षणीयरीत्या घटण्याचे ते एक प्रमुख कारण आहे. पण त्याचबरोबर या ग्रामयोजनेतील सदस्य, पदाधिकारी कधी कधी पातळी

सोडतात, अनाहूत बेकायदा सल्ले देतात. स्वत:ला दिवाणी कोर्टापेक्षा मोठे समजू लागतात. न्याय करताना भेदभाव करतात. बहिणींना त्यांचा कायदेशीर हिस्सा नाकारतात. एखादी खोटी वहिवाट दाखवतात. सरकारी मोजणी नसताना स्वत:ला मन मानेल तशा हद्दी ठरवतात, कुंपण काढायला सांगतात, गेट तोडायला सांगतात. अधिकारांच्या जोरावर एखाद्याला वाकायला लावतात, त्याला कोंडीत पकडतात. काही जण वाळीत टाकण्याच्या धमक्या देतात, हे अधिक भयंकर आहे.

यासाठी तंटामुक्त ग्रामयोजनेच्या सभेला न्यायालयाचा किंवा जिल्हा परिषदेचा समंजस प्रतिनिधी हजर ठेवण्याची सुधारणा होणे अत्यंत गरजेचे आहे; नाही तर ज्या उदात्त हेतूने ही पर्यायी ग्रामीण न्यायव्यवस्था शासनाने आणली, तिच्या मूळ हेतूलाच हे थोर **'आधुनिक समाजसेवक'** बदनाम करून टाकतील.

या तंटामुक्ती समितीच्या सदस्यांची मासिक आढावा बैठक, प्रशिक्षण शिबिर घेणे अधिक गरजेचे आहे. गटविकास अधिकारी किंवा तहसीलदारांना अशी निष्फळ कामे करायला वेळ नसतो. त्यांच्याकडून ही कामे न्यायालयाने सक्तीने करून घेण्याची आता वेळ आलेली आहे. कारण शेवटी हा प्रश्न न्यायव्यवस्थेशी निगडित आहे. झाली तर व्यवस्थाच बदनाम होईल, म्हणून वेळीच मलमपट्टीची आवश्यकता आहे.

कोर्टात पूर्वीपासूनच तडजोडीचे प्रयत्न होतात. आता तर अनेक योजना जाहीर झाल्या आहेत. लोकन्यायालय ही सर्वाधिक प्रसिद्ध यंत्रणा. उद्देश प्रामाणिकपणाचा, कार्यवाही मात्र निराशाजनक. अनेक नावाजलेले वकील या सेवेपासून चार हात दूर राहतात. दावे, फौजदारी यांचा पाहिजे तेव्हा समेट घडून येत नाही. मग अपघात नुकसानभरपाईचे दावे तेवढे उरतात. काही वेळा तर केवळ रकाने भरण्यासाठी आधीच तडजोड झालेली प्रकरणे शिक्कामोर्तबासाठी लोकन्यायालयात ठेवली जातात. त्यात वाईट असे काहीच नाही. पण ठराविक मंडळीच लोकन्यायालयात दिसतात, ठराविक प्रकारचीच प्रकरणे निघतात. हे चित्र बदलता येईल, मात्र सर्वांनी मनापासून साथ दिली पाहीजे.

लोकन्यायालयाचे फायदे जनतेपर्यंत पोहोचवण्याचे काम गटविकास अधिकारी, माहिती अधिकारी, पत्रकार, वकील यांनी आता 'मिशन' म्हणून स्वीकारले पाहिजे. आपण राजकीय आंदोलनात सामील होतो; सामाजिक चळवळीपासून अलिप्त राहतो—

त्या बातम्या वाचायचाही कंटाळा करतो, हे या चळवळीला मारक आहे.

आता तर सामोपचार केंद्रे प्रत्येक कोर्टात तयार झाली आहेत. तडजोडीची शक्यता असलेली प्रकरणे तेथे अंतिम सुनावणीआधी पाठवली जातात. त्यामध्ये दोन्ही पक्षकारांना विश्वासात घेतले जाते. भांडणाचे मूळ कारण शोधले जाते. उपाय सुचविले जातात. भांडणातला **'इगो'**चा प्रभाव कमी केला जातो. जिवंत मनाचा आणि आस असलेला, सामाजिक जाणीव असलेला इसमच अशा वेळी चांगले काम करू शकतो. अशक्य वाटणारी, विकोपाला गेलेली भांडणे संपवू शकतो. त्यात दोन्ही पक्षकारांना दोन पावले मागे घ्यावी लागतात. पण पुढील पिढीत जाणारे शत्रुत्व, वेळ व पैसा यांचा नाश या मार्गाचा विचार करायला लावतो. पक्षकारांच्या भावनेला हात घातला, त्यांना विश्वासात घेऊन बोलते केले आणि तडजोड करणाऱ्या मध्यस्थाची भूमिका प्रामाणिक असेल, तर भांडणे मिटतातच.

यामुळे किती तरी संसार तुटताना वाचलेत, किती तरी पाखरांना आपल्या आई-बाबांसह घरटं मिळालंय. बँकांना मुद्दल मिळालंय, कर्जदारावरील थकबाकीदार म्हणून शिक्का पुसला गेलाय. सख्खे शेजारी आनंदाने एकत्र सणवार करू लागलेत. त्यांनी वेळीच शहाणपणा केलाय; तुम्ही केव्हा करणार?

❏❏

२८. दिवाळखोरी

'जगी सर्व सुखी असा कोण आहे', असे विचारत समर्थ माझ्याकडे आले असते; तर प्रथम मी त्यांना बसविले असते, त्यांना चहा विचारला असता. अर्थात, त्यांना असल्या वाईट-साईट सवयी कशा असणार? म्हणून मी माझ्या धर्मपत्नीस आलं-कोथिंबीर घालून ताक ढवळायला सांगितले असते.

माझ्या मनात हे विचारचक्र चालू होते. खरंच, पण त्यांनी— म्हणजे श्री समर्थांनी मला तसे विचारले असते, तर मी त्यांना तात्या साबळेकडे पाठविले असते. तात्या उंचेपुरे, चांगले धडधाकट, उभे-आडवे वाढलेले, खानदानी राकट अन् दगडफोडे. चार गाढवं घेऊन हे पाथरवट घाट उतरले आणि कोकणात आले. आई वडील दगड घडवायचे. पाटे बनवायचे, वाड्यांचे चिरे घडवायचे. भांडवल केवळ छिन्नी आणि हातोडी. नेहमीच्या कादंबरीतील गोष्टीप्रमाणे खूप कष्ट केले, रस्त्यावर राहिले. झाडांना साडीची झोळी बांधून पोरं वाढवली.

पोरंही आई- बापांच्या मदतीला धावली. त्याचे आयुष्यच दगड-मातीत गेले. तात्यांचं पाळण्यातलं नाव दगडू. घराला वारस टिकत नव्हता, नवसाने झालेला म्हणून असं नाव ठेवायची प्रथाच होती. दगडू शाळेत गेला तो 'प्रकाश' या नावाने, पण घरच्यांच्या तोंडी दगडू हे नाव रुळले होते. दगडूचा तात्या होण्यासाठी वीस वर्षे गेली.

दगडी पाटी जाऊन दहा वर्षांनी दगडीबाई आयुष्यात आली. आडवा चिरा कुंकू भरणारी नऊवारी साडीतील दगडी वयाच्या पंधराव्या वर्षीच साबळे झाली. दगडीबाईचे नाव उषा, पण सासूचे लाडके नाव दगडी. साबळेचा संसार यथावकाश वाढला. दगडूचा तात्या साबळे झाला. त्याला समजायला लागल्यावर पहिली समाजसेवा केली ती पाथरवटांची मजुरी वाढवून घेतली. दगडखाणवाला मारवाडी होता. त्याचा तेलाचा व्यापार होता, भाताची गिरण होती. हा व्याप त्याला डोईजड झाला होता. दग्डाला भाव तो काय मिळणार? त्यात सुरुंगाची दारू महाग झालेली. उधारी वसूल होताना मारामार. आदिवासी कातकरी जमातीशी गाठ. मजुरी वाढवून कुठून देणार? मारवाड्याने डोके चालवले. तात्याला बोलावले. त्याला खाण चालवायला दिली. तात्या अंगठा बहादूर. लिखाण-वाचन जमायचे, पण फार मेहनत घ्यावी लागायची.   त्यापेक्षा अंगठा टेकवला की, झाले काम. शाई डोक्याला पुसून, मिळेल ते पैसे घेऊन तात्या मोकळा व्हायचा.

तात्याच्या डोक्यावर आता फेट्याच्या मोठा भार आला होता. पायात अस्सल आकडेदार जेजुरीच्या चपला आल्या होत्या. धोतराचा कोसा हातात धरून तात्या पहिल्यांदा बांधकाम खात्यात गेला; तेव्हा हे पात्र पहायला आम कुलकर्णी, खोत, बापट ही कारकूनमंडळी जमली होती. हा आडदांड पुरुष साहेबाच्या केबिनमध्ये गेला. गावच्या मंत्र्यांची चिठ्ठी काढून साहेबाच्या हातात ठेवली. साहेब उठून उभा राहिला. साहेब सहा वर्षे त्याच खुर्चीला चिकटून होता. दर शुक्रवारी तात्या साबळे ऑफीसला यायचा. केबिनमध्ये बसायचा. साहेब त्याला चहा पाजायचा. तात्या कधी रिकाम्या हातानं यायचा नाही. काही खाऊ, भेटी; नाही तर शिर्डी, खंडोबा, तिरुपतीचा प्रसाद म्हणून प्रत्येकाच्या हातात काही तरी द्यायचा.

सहा वर्षांतच तात्यांची कॅलेंडरे ऑफिसच्या भिंतीवर आली. 'साबळे स्टोन इण्डस्ट्री', **'साबळे कन्स्ट्रक्शन कंपनी'...** प्रत्येक वर्षी तात्याचा आलेख उंचावत होता. तात्या आता मोठा शेठ झाला होता. त्याच्या मागे प्रचंड मेहनत

होती आणि कुठेही अंगठा टेकवायची दिलदार वृत्ती होती. दिवाळी, ईद—
काहीही असले तरी तात्या मिठाईचे पुडे पोहोचवायचा. त्याच्या जीपमध्ये भेटवस्तू
हमखास असायच्या, तो त्या वाटत सुटायचा. मूर्खपणाचा आव आणून तो
व्यवहार सांभाळत होता. सर्वांना नमस्कार करायचा. एका हातात काठी, तर
दुसऱ्या हातात सोगा. जीपमध्ये चार- पाच आडदांड पोरे असायची. हिशेब
ठेवणारा एक जोशी नावाचा कारकून कायम सोबत असायचा. तो वेळेआधीच
बांधकाम खात्यातून निवृत्त झालेला. उपकारापेक्षा धोरणीपणा म्हणून तात्यांनी
जोशीला जवळ केले. त्याच्या बुद्धीचा आणि चपळाईचा खूप फायदा झाला.
जोशी सरकारी ऑडिटमध्ये अडकणार होता. साहेबांनी त्याला वाचवले आणि
तात्याकडे पाठविले. तात्यांनी थेट मंत्रालय गाठले. कारवाई थांबली आणि जोशी
तात्याकडे मॅनेजर झाला.

तात्या मोठा रोड कॉन्ट्रॅक्टर झाला. त्याची कामे जोरात सुरू झाली.
दगडाची खाण त्याला वरदान ठरली. क्रशर आले, डांबर प्लँट आले. एका
सहकारी बँकेने तात्यांना जवळ केले. पहिले कर्ज पन्नास हजारांचे. तात्यांनी
अंगठा द्यायला कधी चिक्कूपणा केला नाही. वाटून खाण्याची त्याला आवड.
कुणी मागितले आणि तात्यांनी पोटातून बंडल काढले नाही, असे घडले नाही.
कामगारांना तात्या आपला वाटे, कारण तो पाथरवट होता. राहणी साधी होती.
लोकांच्या हळदीला, मयताला, गोंधळाला तात्या जायचा. जाडजूड पाकीट
आहेर म्हणून द्यायचा. तात्याला मोठ्या नोटा आवडत नसत. दहा किंवा पाचच्या
नोटांची बंडले तो आहेरात टाकायचा. अडी-अडचणीला धान्याच्या गोणी
पोहोचवायचा. तात्या दानशूर होता. त्याला सरकारी बाबू **'घाटी'** समजायचे.
तात्या त्यांना खूश ठेवायचा, त्यामुळे टेंडरवर टेंडर पास होत होती. आधी
बंडल द्यायचा, मगच चेक घ्यायचा.

बँका खूश होत्या. कारण मॅनेजरच्या घराला दगड-विटा फुकट मिळायच्या.
कर्जवसुली बँक म्हणेल तशी. बँका पूर्वीचे कर्ज फेडले असे दाखवून नवे कर्ज
द्यायच्या. नव्या कर्जातून पहिले कर्ज चुकते करायचा. नवी-नवी गहाणखते
करायचा. ओव्हर ड्राफ्ट काढायचा. तात्यांची कशालाच ना नसे. गुंतवणूक
किती, खर्च किती, आवक किती, इन्कम टॅक्स किती, सरकारी वाटपावर खर्च
किती— याची काही कल्पना तात्याला नसे असेही नाही; पण तात्याचे एक
वाक्य ठरलेले असायचे— ''आम्ही काय पाथरवट; फार तर जेलमध्ये दगड
फोडू!''

तात्याला सर्व जण आता 'साबळेशेठ' म्हणून ओळखत होते. पोरे मोठी झाली होती. नावावर मोठ मोठी कामे होती. दारात आधुनिक मशिनरी होती. दिवाळी जोरात होती. तात्याकडे बँकेच्या नोटीसा घेऊन जोशी यायचा. तात्या बँक मॅनेजरला भेटायचा, प्रकरण शांत व्हायचे. किती बँकेच्या किती नोटिसा आल्या, कोणती वसुली आली, साबळेशेठला त्याचे काही सोयरसुतक नसे. एक विलायतीचा खंबा दिल्यावर वसुली अधिकारी परत जाईल, अशी त्याची अनुभवाने खात्री झालेली असे. तात्याला एकदा सहकारी न्यायालयात हजर राहायला लागले. तात्या कोर्टात उभा राहिला. जज्जसाहेबांना सलाम ठोकला. जज्जनी वकील द्यायला सांगितले. शेठ म्हणाला, ''माझा वकील मीच! मी अडाणी. बँकेने मला लुटले.'' साहेबांनी दावे चालवले, अंगठे कबूल, जमीन कबूल. फक्त रक्कम उचलली, हे साबळेशेठ कबूल करत नव्हते. बँकेचे अधिकारी दर वर्षी वेगवेगळी कर्जे दाखवायचे, एवढेच तात्या सांगे. शेवटी साबळेशेठनी वकील केला, म्हणणे दिले. एवढा मोठा शेठ— त्याला टेंडरची सवय. त्यांनी कोर्टातील लोकांनाही बिघडवले. हुकूमनामे झाले होते. कर्ज थकत होते. कोटीच्या घरात गेले होते. जमीनजुमला गहाण होता, तो लिलावात गेला. तरी जमीन बच्याच लोकांच्या, नातेवाइकांच्या नावावर होती. ते जामीनदार नव्हते, बँका हात चोळत बसल्या. मुद्दल घेऊन सेटलमेंट केली.

तात्या आता थकलाय. पण कणा अजून ताठ आहे. आजही त्याची कामे सुरूच आहेत. कंपन्यांची नावे बदलली, बँका बदलल्या, सातबारे दुसऱ्याच्या नावावर आहेत; पण हे सर्व तात्याचे साम्राज्य आहे, ह्याची खात्री दुनियेला आहे. तात्या आता बँकेच्या लेखी कर्जबजारी आहे. कोर्टाच्या लेखी तो दिवाळखोर आहे. कायद्याच्या भाषेत त्याचा धंदा-व्यापार बुडाला आहे. फुटकी कवडी त्याच्याकडून वसूल होऊ शकत नाही. तात्या एक अशिक्षित अंगठा बहाद्दर, मूर्ख व्यापारी आहे. त्याच्या विरुद्ध सावकार काही करू शकत नाहीत. कागदी हुकूम नावाला आहेत. तात्या त्या कागदांना विचारत नाही.

तात्या आता उशिरा उठतो. त्याला डायबेटिस असला तरी त्याची काळजी डॉक्टर घेतो. समाज त्याला साबळेशेठ म्हणून ओळखतो. तो कुणाला आता अंगठा देत नाही. मधे आरक्षणाचा फायदा घेऊन मुलगा नगराध्यक्ष झाला. तात्यांच्या नावावर तो मोठा झाला. जमातीच्या नावावर ट्रस्ट आहेत. ट्रस्टच्या नावावर ॲम्ब्युलन्स आहेत. तात्यांनी ज्यांच्यावर उपकार केलेत, ते तात्यांना घाबरतात. तात्या त्यांचे दैवत आहे. इलेक्शनला तात्या सर्वच नेत्यांना घरी

जाऊन मदत करतो. तो हुकूमनाम्याला घाबरत नाही. कुणी त्याला कर्जाचे विचारत नाही आणि विचारलंच तर सांगतो, ''मी काय पाथरवट, पुन्हा गाढवं जुंपून घाटावर जाईन.''

तात्या जवळजवळ पन्नास वर्षे टेंडरवर वाढला. बँकांनी त्याला पोसला, त्यांनी सरकारी खात्यांना पोसले. त्याला पैशाचा माज नाही, की हूकूमनाम्यांची खंत नाही. तात्या सहज म्हणतो— ''मेलं कोंबड आगीला घाबरत नाही.'' समर्थांनी सांगितलेली आदर्श सुखी माणसाची बरीचशी तत्त्वं तात्याला लागू होतात.

त्या सुखीपणाचे मार्ग बघायला समर्थ नाहीत आणि मागोवा घ्यायला कुणाला वेळ नाही. तात्या आज अनेकांचा आधारवड आहे, अन्नदाता आहे. कायदा त्याला दिवाळखोर ठरवतो. तो बँकांचं दिवाळं काढतो. वेडा बनून पेढा खातो. तो नेहमी म्हणतो— ''भित्यापाठी ब्रह्मराक्षस. घाबरू नका! जास्तीत जास्त वाईट काय होईल, त्याचा विचार करा! बदनामीला घाबरू नका! जग बदलतेय, तुम्ही बदला!''

बोला आता— जगी सर्व सुखी असा कोण आहे?

□□

कळत नकळत

२९. गोष्ट एका नगराची

आटपाट नगर होते. नगर कसले, सुंदर गावच होते. केवळ नावातच नगर होते; म्हणजे नावालाच नगर होते. नगरात सुंदर लता-वेली होत्या, पण फुले माळायला वेणी नव्हत्या; नगरात बांगडीवाला होता, पण हौसेने हात पुढे करायला पोरी नव्हत्या; नगरात शिंपी होता, पण परकर-पोलक्याची हौसच राहिली नव्हती.

नगराचे नाव **'दौलतनगर'**, पण गावात लाकूडफाट्यावरच चुली पेटायच्या. धुरात बरबटलेल्या संसारात सूर तो काय सापडणार? म्हणून संगीतशाळा नव्हती, की भजनाची बारी नव्हती. गावाला आकार नव्हता की उकार नव्हता.

रस्त्याला नावे नव्हती. आणि नावे ठेवण्यासारखा रस्ता नव्हता. पार स्वातंत्र्य मिळाल्यापासून गावात ना आंबेडकर आले. ना नेहरू आले, इतकंच कशाला, गावाला एस.टी. पण नव्हती. कुणी तरी हट्टच धरला, म्हणून वस्तीला

एक रातराणी यायला लागली. रात्री यायची आणि सकाळी सुटायची. सायकलने, नाही तर रस्ता तुडवत मैलभर आलो, की डांबरी रस्ता दिसायचा. बऱ्याच वर्षांपूवी कोण्या सभापतीनं आदिवासी वाडीकडं जाणारा रस्ता केला, तेव्हा कुठे गावात पहिला ट्रक आला. रस्त्यावर डांबर ओतायला आणखी दहा वर्षे जावी लागली. या आटपाट नगरात एक बामनाचं घर, एक मारवाड्याचं. बाकी सर्व गवळी, नाही तर कुणबी वस्ती. गावाजवळून नदी होती भोगवती नावाची. त्या पल्याड रेल्वे गेली, पण ती नुसतीच गेली. गाडीत बसायला लांब— पार माणगावापर्यंत जायला लागे.

गावाला ना शाळा, ना दवाखाना. दौलतवाडीला ना पोस्ट- ना ग्रामपंचायत. पंचायतीची निवडणूक झाली तरी लांब दुसऱ्या वाडीवर. या वाडीतून बिनविरोध सीट द्यायची पद्धत ठरलेली असायची. गवळीवाडीवरची सीट एकदा आणि एकदा कुणबीवाडीवरची. दुसरे अजिबात नाव नाय काढायचे. आगगाडीचा फायदा झाला नाय, तिच्यामुळे गावाला अडचण मात्र झाली. रेल्वेचे रूळ ओलांडायची वेळ आली. रूळ ओलांडायचे तर भरावावर चढावे लागे. रस्ता करण्यासाठी भला मोठा भराव सभापतींनी टाकला, पण डांबर ओतायलाच तो विसरला. गावची म्हातारी 'शिक' पडली, तर बैलगाडीने नेणार कशी? तरी आटपाट नगर छान होते. घराला चिकटून घरे होती. गावात गावकी होती. बापजाद्यांची छोटी-छोटी शेतं होती. त्यात भाताच्या उडव्या सर्व गावच्या एकत्र असत. झाडे कमी नव्हती आणि दुसऱ्या गावातून चोर येण्याची भीती नव्हती. गावचा वेताळ जागृत होता. भगत त्यापेक्षा भारी होता.

गावात पहिला ट्रक आला तो मारवाड्याकडे. त्यांनी गावात पहिला टी व्ही, गोदरेजचे पहिले कपाट आणले. मारवाड्याचे मुलीचे लग्न झाले, त्या वर्षी गावात लाईट आली. लाईट आली आणि गावचे भाग्य बदलले. काळोख सरला, चिमणीची काच राखाडीने पुसता-पुसता त्यावर आजोबा बोटांनी चित्र काढायचे. नातवंडे ती ओळखायची. गावात लाईट आली, त्या पाठोपाठ चार-पाच वर्षांनी नळ आले. नळ आले आणि त्यासोबत राजकारण आले. त्यापूर्वी शंकराच्या देवळाजवळची विहीर गावाला पाणी पुरवायची. गावाच्या मावळतीला डोंगर आणि पूर्वेला शेती. जोश्याच्या वाड्यावर उभं राहिलं तर नदी दिसायची, पण ती दिवाळीलाच ठार कोरडी व्हायची. रेल्वेलाईनपलीकडे कालवा. पण तो खालच्या जमिनीला पाणी पोचवता-पोचवताच दमायचा.

शिमग्याला काठ्या नाचवायच्या. हनुमान जयंतीला उत्सव असायचा.

आता गावात भजनमंडळी तयार झाली. जोशीबुवांचे कीर्तन पेट्रोमॅक्सवरच चालायचे. गवळी वस्ती असली तरी दुधाचा तुटवडाच होता. गवळ्याच्या वाडीवर भाकड गाई राहिल्या होत्या. एकदा बँकेने गाई दिल्या. त्या पोसता येत नाहीत, म्हणून बँकेने ओढून नेल्या. म्हशी चांगल्या जाफराबादी दिल्या; पण तालुक्याची सोसायटी बुडाली, तशा म्हशी विकल्या. शेळ्या-मेंढ्या पंचायतीने पुरविल्या, पण खाटकांनी त्या चार-पाच वर्षांतच संपवल्या. गावात गावकी बसली आणि ठराव झाला. तालुक्याला शिवराम शिगवणचा पोरगा गेला. त्याने तिथलीच बायको केली.

गावकीची मुंबईत ताडवाडीत एक खोली होती. भाडे मोजून रुपये पंधरा. त्या खोलीत गावची तरणी पोरं राहायची. गावाचं वैशिष्ट्य असं की, गावातली पोरं दोनच धंद्यांत. एक म्हणजे प्रेसमध्ये, नाही तर हॉटेलात. खिळ्याच्या प्रेस गिरगावातून हद्दपार झाल्या तेव्हा काही मंडळी गावात परत आली. बरेच जण पार बदलापूरपर्यंत गेले. त्यांनी दौलतवाडीचे नाव फेमस केले. मुंबईत दौलतवाडी रहिवाशी संघ स्थापन केला. गावच्या देवळाचा जीर्णोद्धार केला.

गावाला खरे नाव मिळवून दिले ते शिवा वालेकरांनी. शिवा हा गण्या वालेकरांचा पोरगा. तो गवळी शेठचा कंठमणी झाला. त्याने तालुक्यातून बरीच पोरे मुंबईत नेली. तडीपार झाला की शिवा गावात यायचा. भिवंडीत कपड्यांचा व्यापार केला. तो कल्याणला कोळसेवाडीत यायचा. खूप वर्षांनी त्याच्या नावाचा गवगवा झाला. शिवा वालेकरांनी गावात दोन देवळे बांधली. तालुक्यातून पाच-पन्नास पोरं अन्नाला लावली. गुरुजींच्या पोराला कल्याणला खोली मिळवून दिली. काटलेच्या सुमीच्या लग्नात भांडण मिटवून दिलं. चांगला पाच तोळे सोन्याचा दागिना सुमीच्या सासऱ्याच्या अंगावर फेकला. शिवा शेठ झाला, त्याला नगरसेवक बनायची हौस आली. शिवाशेठचा गणपती मोठा. कांदिवलीचा नावाजलेला शिवा पोलिसांच्या रडारवर आला. खंडणीच्या अनेक केसेस झाल्या.

शिवाशेठ गावात आला होता. रात्री जीप आल्या. गोळीबार झाला. शिवाशेठचे दोन भाई रक्ताच्या थारोळ्यात पडले. शिवा कुठे पळाला, कसा पळाला— ते कळलेच नाही. गावचा शिवा टीव्हीवर दिसू लागला. नाव पेपरात झळकले. शिवा पुढे दोन वर्षे पोलिसांना गुंगारा देत होता. पोलिसांनी गावावर पहारा बसवला. शिवाचा बाप हाय खाऊन मेला. गाव लोटले, बापाला अग्नी द्यायला शिवाशेठ आलाच नाही. त्याची पोरे आली मुंबईची. बस भरून पोरं आली. सर्व पोरं हाय-फाय. पोलिसांनी त्यांचे जबाब घेतले. काय उपयोग? त्यांना शिवाने अन्नाला लावले होते, शिकवले होते. त्यांचा पोशिंदा मात्र वॉन्टेड

होता. अग्नी द्यायची त्याला चोरी झाली होती.

गावाची बदनामी सरत नव्हती. मंत्र्याला गावात येण्याची गरज नव्हती. गावाला ग्रामपंचायत मंजूर झाली आणि गावाचं राजकारणच बदललं. वीस वर्षांत गावाने भांडणे पाहिली, पण कधी डोकी फुटली नव्हती. पहिल्याच निवडणुकीत गवळी भारी पडले. निवडणुकीच्या दिवशीच राडा झाला. मुंबईकर मंडळींनी आगीत तेल ओतले. काठ्या, सळ्या निघाल्या. दोन्हीकडच्या दहा-बारा माणसांची डोकी फुटली. गोविंद उतेकरला मुंबईला नेले. जे.जे. हॉस्पिटलमध्ये तो मेला. पुन्हा गावाला शाप नडला. पोलिसांनी मिळेल त्याला बदडून काढले. दोन्ही पार्ट्यांवर केसेस झाल्या. क्रॉस कम्प्लेंट झाल्या. सेशन कोर्टात गावाचे धिंडवडे निघाले. पहिलीच निवडणूक महागात पडली. केसेसमध्ये समझोता झालाच नाही. जज्जनी दोन्ही पार्ट्यांना पोचवले. अर्धा गाव बोडका झाला. जेमतेम दोनशे उंबरठ्यांचं गाव. त्यांतली बारा घरे उघड्यावर आली. गोपाळ उतेकरचे तर चारही भाऊ आत बसले.

गावाला जाग आली. आधीच उघडे-नागडे गाव. मुंबईकरांची हौस फिटली, पुन्हा गावकी बसली. पुढची निवडणूक बिनविरोध द्यायची ठरली. आमदारकीला सर्व पक्षांना पैसे वाटायला बंदी झाली. ज्याला पाहिजे त्याने पाहिजे त्याला मत द्यायचे. गावात नेत्यांनी यायचे नाही ठरले. आले तर जाहीर सभा घेण्यास बंदी घातली. जन्मठेपेने गावाला धडा शिकवला. गावाचा शोध घेत एक महाजनबाई आली. ती पंधरा दिवस गावातच राहिली. तिने येताना एन. जी. ओ. मंडळी सोबत आणली. मुंबईत अपिलात वकील दिला. गावकी बसवल्या, भांडणे मिटवली. मुंबईकरांना इंग्रजीतून चार अकलेच्या गोष्टी शिकवल्या. शाळेला मास्तर बदलून आणले. तिने गावातच राहायचे ठरवले.

महाजनबाई दोन वर्षे गावात राहिल्या. तंटामुक्ती केली. बाईंचा यात फायदा काय, हा प्रश्न यायचा. बाई बामनाच्या घरच्या, पण सफेद झग्यातले पाद्री तिच्याकडे यायचे. बाईने गावाला माणसांत आणले. पोरांना वह्या वाटल्या. गावामध्ये शांतता आणली. बाईंनी मुख्य म्हणजे हायकोर्टातील दोन्ही केसचा पाठपुरावा केला. गावचे सर्व अटक आरोपी परत घरी आले. सहा वर्षांनी गावात दिवाळी साजरी झाली. शिक्षा भोगून आरोपी गावात आले. त्यांनी शहर बघितले, जेल बघितले, वेताळाला साकडे घातले.

गाव शांत झोपले होते. वेताळाला ते पाहवले नाही. पुढच्याच पावसात दरड कोसळली. पायथ्याची दहा-बारा घरे डोंगरांनी खाल्ली. झोपलेल्यांना पोटात

घेतले. गावात आठ जण दगावले. पुन्हा आक्रोश झाला. मंत्र्याचे पाय गावाला प्रथमच लागले. चिखल तुडवत मंत्री फिरला, त्याच्यावर छत्री धरत कलेक्टर, प्रांत फिरला. गावात सभा झाली. गावाची समजूत काढली. लोक दुरावा विसरले. ट्रक भरून मदत आली. साऱ्या गावात चादरी, भांडी वाटली. पण दोन महिन्यांनी कलेक्टरच्या नोटिसा आल्या. गाव उठवण्याचे ठरले. निदान वरची आळी तरी धोकादायक ठरवून त्यांना रेल्वे रुळापलीकडे जाण्याचा आदेश झाला. वेताळाच्या साक्षीने बैठका झाल्या. कोयनेच्या पूरग्रस्तांना गावापलीकडे आणलेले, त्याच्या शेजारीच गवळीवाडी निर्माण करायची ठरली. विरोध कोण करणार? अर्धे गाव विरोधात जाऊनसुद्धा गवळीवाडी उठली. त्यांना रस्ता मिळाला. उद्या घरांना जागा मिळेल, घराघरात नळ येईल, सरकार संडास बांधून देईल असे कबूल करूनही, गावकरी तयार होईनात. शेवटी पोलिसांनी सक्ती केली. गावात वेताळ तेवढा राहिला, तो जागा कशी सोडणार? तीस घरे उठली. दरड उपसली. त्यासाठी रस्ता झाला. मोठी यंत्रे आली. गावच्या पोरांना कामे मिळाली. गवळीवाडीचे **'नवे दौलतनगर'** झाले. नव्या वस्तीत देऊळ झाले. नवी शाळा झाली. कालव्याच्या पाण्यावर होणारी दुपिकी जमीन मिळाली.

वेताळ गावातच राहिला. ठेकेदार आटपाट नगरावर नजर ठेवूनच होते. माती काढण्यासाठी आलेली मशिनरी गावातच राहिली. गाव उठला तसा डोंगर उपसला, माती भरवाला गेली. खाणीसोबत हॉटेल आले. गॅरेज आले. रात्री-बेरात्री वेताळाच्या साक्षीने सुरुंगांचे आंवाज होऊ लागले. दगड उत्तम निघाला. मदनशेठचा धंदा वधारला. त्याने वेताळला हौशीने सभामंडप केला. महाजनबाईंची आता गावाला गरज राहिली नव्हती. मंत्र्याचे लक्ष गावच्या वरकस माळरानावर गेले. त्यांची माणसे फिरू लागली. मारवाड्यांनी सुपारी घेतली. बोलता-बोलता चार वर्षात माळरानही विकले गेले. तेथे शाळा उभी राहिली. गावाचे गावपण गेले. नवीन दौलतनगरला घरे आली. पोरं मोठी झाली. म्हातारेकोतारे जुन्या घरांत दिवस मोजत होते. गावाच्या आठवणीत रमत होते. एका अस्ताला जाणाऱ्या नगराची ते कुंडली तपासत होते. गाव आणि नगर यातला फरक समजून घेत होते.

दौलतवाडीपासून नवे दौलतनगर हाकेच्या अंतरावर होते. मधे एक कालवा आणि रेल्वेलाईन. पण दोघांच्या नशिबी दोन भाग्यं आली. भविष्याच्या पोटात काय राजकारण लपलेय, त्याचा अंदाज बांधता येत नव्हता. आता म्हणे मंत्र्यांचे कॉलेज येणार, नवे कारखाने येणार, दौलतवाडीचे दिवस पालटणार?

... वेताळ मात्र शांत होता... वाट पाहत होता... त्याचे पुनर्वसन करायला कुणी तयार नव्हते. आटपाट नगराच्या दौलतवाडीचे ग्रहही फिरले होते.

□□

कळत नकळत

३०. काय द्याल, ते बोला!

एक अस्वस्थ आत्मा माझ्या कार्यालयात कुठून तरी गांजूनच अर्धी पिकलेली दाढी खाजवत आला. ह्या गांजलेल्या माणसांना अंघोळीची आठवण कशी होत नाही, तेच कळत नाही. इकडच्या-तिकडच्या गप्पांचा प्रश्नच नव्हता, कारण तशी ओळखच नव्हती; विषयालाच हात घातला.

ह्या महाशयांचे मुंबईत घर होते. चाळीत खोल्या होत्या. घराणे तसे नावाजलेले होते. रूपारेल कॉलेज संपल्यावर पुणे गाठले आणि व्हाया पुणे कर्नाटक गाठले. मजल-दर मजल करीत स्वारी छानपैकी मातीत रमली. भाडेतत्त्वावर खाणी घेतल्या, त्यातून खनिज काढले. ते विकले. बक्कळ पैसा कमविला. आलेले पैसे जमिनीत गुंतवले. तेव्हा जमीन एकरात मिळायची. या धंद्यात पैसा बऱ्यापैकी वाढला, म्हणून साठेखते वाढली. ज्या हॉटेलात हे महाशय राहायचे, तिथे इस्टेट एजंट त्यांना शोधत यायचे.

समुद्रकिनाऱ्याच्या एका जमिनीत पैसे गुंतवले. सर्व कर्मकहाणी तो सांगत होता. त्याच्या तोंडातून त्याचाच मूर्खपणा ऐकायला मजा वाटत होती. थोड्याच वेळात करमणुकीची जागा सहानुभूतीने घेतली. दोन शेतकरी गरीब होते, पण चलाख होते. बैलजोडीवाले होते. कोकणात घोड्यांच्या रेस नसतात, पण बैलगाडीच्या शर्यती असतात. एकदा का ते व्यसन लागले की, शेतकरी एक तर रस्त्यावर येतो किंवा व्यसनातच मरतो. या दोन्ही जमिनमालकांना बैलगाडी हाकण्याचा शौक. त्यासाठी घाटावरून चढ्या भावाने बैलजोडी आणायची, ती पोसायची. त्यांना गूळ, शेंगदाणे, खुराक द्यायचा. जोडी तयार करायची. खूप प्रयत्न केल्यावर एखादी शर्यत मारता यायची. पंचमंडळींकडून इस्त्री, टेबलफॅन, नाही तर स्टीलची टाकी मिळायची..

संध्याकाळी जोरदार मिरवणूक असायची. मग बोकडाचे जेवण आलेच. शर्यतीत बैल धावायचे आणि खोट्या अभिमानासाठी हे गावातले सदा आणि शिवा धावायचे. बैलजोडीवाले शेतकरी त्यासाठी बराच खर्च करायचे.

सदानंद आणि शिवानंद तसे गावातले प्रतिष्ठित इसम, पण शेवटी बैलजोडीमुळे रस्त्यावर आले. डोंगरातली पडीक जागा विकायला काढली. मुंबईकरांची नजर अजून या पडीक जागेवर गेलेली नव्हती, त्यामुळे गिऱ्हाईक शोधण्यात दोन वर्षे गेली. जावई हुशार, शिवाय एस.टी.त ड्रायव्हर म्हणून निवृत्त झालेला. उपद्व्यापी, अनुभवी पोरगा त्याचा जोडीदार. दोघांनी या पुणेकरांना गाठलेच. दोन-तीन फेऱ्या झाल्यावर पुणेकर मंडळी जागेवर यायला तयार झाली. जागा पाहताक्षणीच पसंत पडली. डोंगरमाथ्यावरून समुद्र आणि मुंबई दोन्ही दिसत होते. खाणीच्या व्यवहारात मुरलेल्या जोडगोळीला जागेचे महत्त्व कळत होते. त्यांना ते फक्त चेहऱ्यावर दाखवायचे नव्हते, इतकेच. "शिरगावकर टाका पैसे, असतील तर? दोन वर्षांत दुप्पट होतील"

"ठीक आहे— पण रस्ता, लाईट, पाणी?"

"नका काळजी करू, आहे तशी विकलीत तरी पैसे वसूल होतील!"

"म्हात्रे, आमचा हा काही पहिलाच व्यवहार नाही." नेहमीसारखे व्यवहार रंगत होते. शेवटी साठेखत झाले, तेही एका निष्णात वकिलासमोर बनविण्यात आले. बयाणा चेकने देण्यात आला. लिखाण झाले ते वकीलाकडेच बंद पाकिटात ठेवण्यात आले. त्या वेळच्या बाजारभावाने बक्कळ रक्कम हातात पडली. बैलगाडीवाले खूष झाले. निदान दोन वर्षांची त्यांची काळजी मिटली होती. जागेत कोण फिरकतसुद्धा नव्हते. फार तर गावकरी तिकडे आडोशाला

जायचे. उन्हाळ्यात करवंदीच्या जाळीतून करवंदे काढायला पोरे धावायची. उजाड माळरान, पण तरीही बहिणी जाग्या झाल्या. बापाने विकत घेतलेली जागा, पण मुलींची नावे वारस म्हणून लागलेली. त्या हक्क सोडायला तयार नव्हत्या, व्यवहार रखडला. सरकारी परवानग्या मिळाल्या नाहीत. इकडे खाण उद्योगाला घरघर लागली. होते-नव्हते तेवढे पैसे संपले. दोन्ही बाजूंचा उत्साह संपला अन् कागद वकिलाकडेच राहीले.

पाच-सहा वर्षांनी शिरगावकर महाशयांना जाग आली. पण आता उशीर झाला होता. शेतकरी शहाणे बनले होते. त्यांना आणखी पैसे पाहिजे होते. बाजारभाव वाढला होता. शेतकरी आपली चूक कबूल करायला तयार नव्हते. आलेले पैसे केव्हाच संपले होते. बैलगाडी आणि बैलजोडी दोन्ही विकले गेले होते. म्हाताऱ्यांचा व्यवहार मुलांनी आणि जावयांनी ताब्यात घेतला होता. शिरगावकरांनी पुण्याची हुशारी दाखवायला नोटांची बंडले वाढवून दिली. जावयाला जादा कमिशन कबूल केले - जादा पैसे देऊन नवे कागद रंगले. नवी बंधनपत्रे झाली. पोरांच्या नावांनी मुखत्यारपत्र करून घेतले.

पण झाले उलटेच. बाजारभावांनी पोरांचे डोळे फिरले. पैसे खायची एकदा चटक लागली की तत्त्व, शब्द यांना तिलांजली दिली जाते. आपण वकिलांचे ताब्यात कागद ठेवले आहेत, याचा सोईस्कर विसर मालकांना पडला. नंतरचा व्यवहार रोखीने झाला होता. तेव्हा फार तर चेकनं घेतलेले पैसे परत करावे लागतील, असा सोईस्कर विचार करून जावई आणि मुलगा शिरगावकरांना टाळू लागले. व्यवहार तोडण्याची भाषा करू लागले. शिरगावकरांची नोटीस आली. त्याला प्रत्युत्तर झाले- शेवटी कोर्टात जायची वेळ आली. तोपर्यंत चांगली आठ-दहा वर्षे झाली होती. जमिनीला भाव वाढतच होता. मुंबईची पारशी, गुजराती मंडळी आता फेऱ्या मारू लागली होती. सरकारी अधिकाऱ्यांना जोडधंदे मिळाले होते. मुंबईवाले सरकारी कर्तव्य वेळेवर पार पडल्याबद्दल अधिकाऱ्यांना मोठे बक्षीस देऊ लागले होते.

सरकारी अधिकारी निवृत्त झाल्यावर आता गप्प बसत नसत. एक तर खासगी कंपनीला महसूल खात्याची मदत मिळावी, म्हणून खासगी नोकरीला लागत. तिथे कमावलेली वरकमाई जमिनीत गुंतवून इस्टेट एजन्सीचे दुकान टाकत. म्हात्रे कंपनी म्हणजे मुलगा आणि जावई— अशा एजन्सीच्या गळाला लागणे अशक्य नव्हतेच. पुन्हा व्यवहार ठरला. गाळा ठरवला गेला. सर्व खूश. मुंबईचे पारशी गिऱ्हाईक गाठण्यात आले. ही जात फार हुशार. पुन्हा घरातच

काय घ्याल, ते बोला! ● १६७

जज्ज, वकील, आर्किटेक्ट— सर्व उपलब्ध. कागद तपासले गेले. कुरघोडी कशी करायची, याचेही प्लॅन शिजले.

शिरगावकर बंगलोरला गेलेले. त्यांना न सांगता, लपवून व्यवहार झाला. चोख खरेदीखत रजिस्टर झाले. कागद इंग्रजीतले. मुंबईतूनच बनून आलेले. तेव्हा रजिस्टर ऑफीस सहज एजंटाच्या खिशात जायचे. फोटो नाही, की खरेदीदाराच्या सह्या नाहीत. शंका घेण्याचे कारणच नाही. खरेदीखताची रक्कम ड्राफ्टने जमीनमालकांच्या खाती जमा झाली. ठरल्याप्रमाणे पोरांच्या समोरच रक्कम काढली गेली. फरकाची रक्कम शेतकऱ्यांना मिळाली. पूर्वीच्या व्यवहाराची रक्कम शिरगावकरांना देण्यासाठी एजंटनी ताब्यात ठेवली आणि पोबारा केला. पोरगा आणि जावई हात चोळत बसले. तेल गेले आणि तूप पण गेले.

निर्लज्जपणाचा कहर पुढेच झाला. कान पकडून माफी मागत जमीनमालकांची मंडळी पुन्हा शिरगावकरांकडे गेली. दावे झाले. कैफियती झाल्या. शेतकऱ्यांनी कोर्टात खरे ॲफिडेव्हिट दाखल केले, फसवले गेल्याची कैफियत मांडली. त्यामुळे पूर्वीचा व्यवहार पक्का झाला. साध्या साठेखताला शेतकऱ्यांचा पाठिंबा कामी आला. नंतरचा खरेदीदार लबाड ठरवला गेला. तो दिवस बघायला दोन्हीही शेतकरी राहिले नाहीत. जावयाला आता सासरच्या प्रॉपर्टीत आशा राहिली नव्हती. पोरांनीही दिलेला शब्द फिरवत, भंबेरी उडणार म्हटल्यावर, कोर्टातून पळ काढला. दावा जोरदार चालला. नंतरचे खरेदीखत करताना पहिला साठेकरार करणाऱ्याला फसवण्याचा उद्देश होता. त्याचा व्यवहार न मिटवता लबाडीने कुरघोडी करणारे खरेदीखत रजिस्टर असले, तरी ते कायद्यात टिकणारे नव्हते.

कोर्टाने न्यायाचे काम केले. चौदा वर्षांनी पहिला निकाल आला. नंतरचे खरेदीखत धोका देऊन, दुसऱ्याला धोका देण्यासाठी केलेले खरेदीखत ठरले. ते रद्द करण्यात आले. पुढे अपिले होतील. त्यात पुढची पिढी पार थकून जाईल. जागा जाग्यावरच राहील. फार तर तडजोड होईल. इतर व्यवहारांप्रमाणे भांडवलदार, गुंतवणूकदार शहाणे असतील, तर पैसे वाटून घेतील; आणखी कुणाला शेंडी लावतील.

एजंट आता आणखी गिऱ्हाईके शोधतील. शेतकऱ्यांचे शेपूट सरळ झाले नाही, तर दरखास्त होतील. पुन्हा तडजोडी होतील. तो पोरगा तडजोडी होतील व पैसे मिळतील या आशेवर आजही आहे. मानले तर नियतीने त्याचे काका, बाबा हिरावून घेतलेत. असाध्य व्याधींनी त्याला घेरलेय; तरी तो तिसऱ्यांदा

तडजोड करायला तयार झालाय. आजही तो तशा गोष्टी करतोय, त्याला त्याची शिक्षा मिळाली आहे, तरीही त्याच्या जाणिवा बोथट झाल्यात. त्याला केलेल्या फसवणुकीची भीती वाटत नाही. कोर्टाची तर अजिबात वाटत नाही. कायद्याचा बडगा त्याला कळलेलाच नाही. कोर्टाचा वापर त्याने सोईप्रमाणे पथ्यावर पाडून घेतला आहे. आजही दाढी खाजवणारा शिरगावकर फक्त कागदी निकाल दाखवत फिरतोय. जागा नावावर कशी होणार? पारशी द्यायला तयार नाही आणि वारस सह्या करायला तयार नाहीत. भूक एवढी की, आपण दोन-दोन व्यवहार केलेत, त्यांचे पोरांना सोयर नाही की सुतक नाही. कोर्टाने व्यवहारातील पैसे परत करायला सांगितले, तरी त्याची फिकीर नाही. थोडक्यात कुणालाच कायद्याची भीती नाही. नीतिमत्तेची चाड नाही. कोर्टाच्या कागदाला वजन नाही आणि भांडणाला अंत नाही.

❐❐

३१. सलाम

सलाम! ज्यांनी आयुष्यातले आपले क्षण दुसऱ्यांसाठी वेचले, त्यांना सलाम! त्या नाव नसलेल्या सेवकांना सलाम— शेकडो वर्षांत कोणतेही पारितोषिक न मागता झगडणाऱ्या सुधारकांना सलाम!

काम कोणतेही वाईट नसते. ठरवून समाजसेवा घडत नसते. जिची जाहिरात होते, ती खरी समाजसेवा कुठे असते? समाजसेवेच्या नावाखाली धंदा जमवणारेच जास्त दिसतात. त्यांना 'इव्हेंट मॅनेजमेंट' चांगली जमते.

समाजसेवेची व्याख्या नेमक्या चौकटीत बांधता येत नाही. माझ्या पाहण्यात एक सद्गृहस्थ कुठेही गाजावाजा न करता, जाहिरात न करता, पैशांची वा पदकांची अपेक्षा न करता निवृत्तीनंतर गावोगावी जातात. देवळात गावकऱ्यांना जमवतात. तंटामुक्त गाव योजना, संत गाडगेबाबा ग्राम स्वच्छता, नाही तर शासनाच्या विकास कार्यक्रमावर मोडक्या तोडक्या, पण ग्रामीण जनतेला समजणाऱ्या

भाषेत कीर्तन करतात. लोक जमावेत म्हणून दिवसभर त्या गावात फिरून चपला झिजवतात. सरपंच, शिक्षक, भजनी मंडळी यांना जमवतात. रात्री जेवणानंतर जमतील तेवढ्या मंडळींसमोर निरूपण, कीर्तन करतात. त्यांची ही अखंड धडपड न थकता चालू असते.

सुरुवातीला तीन-चार वर्षे त्यांचे हसू व्हायचे, चेष्टा व्हायची. मंडळी त्यांना आश्वासन द्यायची. गावात हरिभाऊ आले की काही ना काही सबबी सांगून पाठ फिरवायचे. पुन्हा नवा वायदा द्यायचे. नवी तारीख ठरवायचे. अगदीच हट्ट धरला, तर बोटावर मोजता येतील अशी नेमकीच टाळकी मारून-मुकटून जमायची. त्यांतली अर्धी भिंतीला टेकून माना टाकायची किंवा येतो सांगून, करंगळी दाखवून, पळ काढायची. हरिभाऊ भोईर अशा प्रकाराने कधी नाउमेद झाले नाहीत. उलट, अशा प्रसंगांनाच ते आपल्या सोप्या भाषेत कुरकुरीत बनवायचे. लोकांना ते चवीने ऐकायला लावायचे.

चार-पाच वर्षांत चेष्टा-कुचेष्टा थांबून त्याची जागा आता सहानुभूतीने घेतली. सहानुभूतीतून भक्ती निर्माण झाली. हरिभाऊला कुणी ह.भ.प पदवी प्रदान केली नव्हती. त्याला आरतीत काय दक्षिणा मिळेल याची काळजी नव्हती की, फिकीर नव्हती. रात्री घरी जाऊन शिधा उपडी करून त्यावर जेवण शिजवायची वेळ त्याच्यावर आली नव्हती. घरची शेतीवाडी होती. सर्व मार्गांनी थोडी-बहुत कमाई होती. एक जावई बोटीवर होता. वर्षा सहा महिन्यांनी तो घरी यायचा. दुसरा जावई जवळच्या नगरपालिकेत होता. मुलाचे रेडिमेड कपड्याचे दुकान होते. स्वत: हरिभाऊ झेडपीतून शिक्षण खात्यातून निवृत्त झाला होता, पण त्यांनी स्वत:ला रमवण्यासाठी हा तिसराच मार्ग निवडला होता.

तो वेडा नक्कीच नव्हता. सेवेचा आनंद पुरेपूर घेत होता. कुटूंबाच्या वाट्याला तो येत नव्हता, इतकेच. सुनेची कुरकूर दुर्लक्षित केली, तर तसा घरचा विरोधही नव्हता. अशा गावागावाच्या ह.भ.प हरिभाऊंना सलाम!!

कधी कुणी रोज सकाळी न चुकता नित्यनियमाने सर्व छोट्या-छोट्या देवळांची पूजा करताना दिसतो. दुर्लक्षित देवांचा वृद्धाश्रमच ते चालवीत असतात. कुणी स्त्री आपले उद्योगधंदे सांभाळून एक स्वयंघोषित संस्था चालू करते. संस्थेच्या नावाने बँकेत खाते उघडते. त्यात बचतीचे पैसे ठेवते. तुम्ही म्हणाल, काळा पैसा गुंतविण्यासाठी ही युक्ती असेल. ती स्त्री चांगल्या गाडीतून उतरते. बहुधा स्वत:च गाडी चालवते. मोकाट कुत्र्यांना पकडते. त्यांची नसबंदी करते. ती जणू प्राण्यांशी बोलते! दिवसातले दोन-तीन तास सवडीनुसार ती देते.

त्यासाठी खिशात हात घालून खर्च करते. स्वत:च्या घरात महागडे कुत्रे पाळणारी ही आधुनिक ललना फॅशन डिझायनिंगच्या दुनियेतील करोडपती बाई— छंद किंवा मनोविकार म्हणून नाही; तर एका निश्चित उद्देशाने अविरत काम करते... तिला सलाम!

एखादा उपद्व्यापी म्हातारा ब्राह्मण सभा चालवतो. आपली जात उच्च आहे. आपल्यापेक्षा पदाने, मानाने, शिक्षणाने समाजात इतर श्रेष्ठ असामी आहेत. त्यांना तशीही माणसे आवडत नाहीत, हे माहीत असतानाही त्यांचे उंबरठे दहा-दहा वेळा झिजवतो. त्यांच्या गळी पडून मिळेल ती वर्गणी उकळतो. देवळात निरनिराळे कार्यक्रम घेतो. स्वत:ची पदरमोड करून कीर्तन आणतो. त्यांची राहण्याची व्यवस्था करतो. काल-परवापर्यंत स्वारी सायकलवरून गावभर फिरायची. आता देवळात बसून सूत्रं हलवतो. कीर्तनात विषय राष्ट्रभक्तीचे. दसरा, पाडवा, हिंदू सण सार्वजनिक करण्यासाठी हे काका रात्रीचा दिवस करतात. दिवाळी पहाट घडवून आणतात. ते संघाचे कार्यकर्ते नाहीत. भाजपला मते देत असतीलच, याचीही खात्री नाही.

काका सरकारी नोकरीत असताना धुतला तांदूळ होते, असेही नाही. पण त्यांना माईकची हौस. कार्यक्रम घडवून आणण्याची खाज. नोकरीतून निवृत्त झाल्यावर लोकन्यायालयाच्या चळवळीत त्यांनी स्वत:ला झोकून दिले. निवृत्त लोकांची संघटना बांधली. ज्येष्ठ नागरिकांसाठी बरीच धावपळ करून सरकारी इमारत मिळवली. ब्राह्मण जात संघटनेत आणली नाही आणि ब्राह्मण सभा जातीयवादी ठेवली नाही. बहुजनांकडून कार्यक्रमांसाठी न लाजता देणग्या गोळा केल्या. लागेल तेवढाच पैसा गोळा केला. त्याचा हिशेब ठेवला आणि तो सगळा खर्चही केला. त्यातून स्वत:चा चहाही सोडवीला नाही. अशा अनेक नातूकाकांना **सलाम !**... सलाम, त्या अनाम सेवकांना— त्यांच्या सेवेला सलाम! त्यापेक्षा सलाम अशा वेड्यांना हसणाऱ्यांना, सलाम!

□□

३२. भगवा यशवंत

कुडी जेमतेम चाळीस किलोची! तो पहिल्यांदा दिसला अलिबागकडे येणाऱ्या रस्त्यातील कार्ले खिंडीत. पाथरूबाईला नमस्कार करायला मी गाडी हळू केली होती. त्या वेळी माझ्याकडे फियाट गाडी होती. तिलाही एका दमानं खिंड चढून उतरणे कठीण होते. तो तरुण जिवाच्या आकांताने सायकलला पॅडल मारीत होता. गाडी पाहताच आवेगाने जवळ आला. धापा टाकत उत्साहाने 'जय महाराष्ट्र' म्हणाला. मी तर हेलावूनच गेलो होतो. तो यशवंत होता. नावाचा नशिबाबरोबर छत्तीसचा आकडा. पुरता शिवसेनामय! सायकलच्या मडगार्डलाही हाताने भगवा ऑईलपेंट लावलेला. हॅण्डलला एक शिग वेल्डिंग करून त्यालाही एक 'भगवा'. हा माणूस पुरता झपाटलेला.

शिवसेनेची मुहूर्तमेढ जिल्ह्याच्या ज्या भागात झाली, जेथे साहेबांची सभा कडवट डाव्या कार्यकर्त्यांनी उधळून लावण्याचा प्रयत्न केला; त्याच पोयनाड

विभागात यशवंत पुन्हा पक्षासाठी हातपाय हलवीत होता. शिक्षण जेमतेम आठवीपर्यंत. चेहरा अगदी सामान्य. खारेपाटातील शेतकऱ्याचा मुलगा. उत्पन्नाचे साधन— काही नाही. धंदा 'सुखवस्तू'ही नाही. पायात तुटक्या, शिवलेल्या चपला. सकाळी पोटभर नाश्ता केल्याचीही शक्यता नाहीच. हौस म्हणून नाही, पण एसटीही परवडत नाही म्हणून सायकल सवारी करणारा. डोक्याला भगवी पट्टी. ही गोष्ट वीस वर्षांपूर्वीची. आज तो चाळिशीच्या घरात असेल. काबाडकष्टाने चुरलेला. स्वाभिमानी एवढा की, कुणाच्याही गाडीत सहसा बसणार नाही. यशवंतला विचारलं तर उत्तर तयार— "तुम्ही, नेते आले की धावत सुटता, आम्हाला विसरून तेथेच ठेवून जाता; त्यापेक्षा आमची आपली सायकल बरी."

यशवंतला खाजच जास्त. यशवंत तापट शिवसैनिक. त्याच्या शेपटीवर कुणी पाय नाही ठेवायचा. डिवचलं, तर सरळ अंगावर जाणारा. 'भ'ची बाराखडी बोलणारा. "आपल्याला काय पडलेय नाय हं! त्याला तालुकाप्रमुख कुणी केला? आम्ही आहोत, म्हणून तो हाय! कम्प्लेंट करेन, सांगून ठेवतो!"

यशवंतला तक्रार करायचा छंदच. म्हणजे सारे पदाधिकारी लबाडी करतात आणि पक्षासाठी मात्र काही करत नाहीत, ही त्याची कायम तक्रार. बोलायला दिले, तर कुणाला घाबरणार नाही. गावागावात अशाच 'आग्या' माणसांची गरज होती. यशवंत दिवसभर एककलमी कार्यक्रमच घेऊन फिरायचा. गावागावात जाऊन भाषणे ठोकायचा, बैठका घ्यायचा. तो भाग म्हणजे विरोधकांचा बालेकिल्ला. मारही खायचा. पुन्हा भाषा अशी की, समोरचा हमरीतुमरीवरच यायचा. खेड्यात ज्यांनी शाखा उघडल्या, त्यांना असे पात्र किती आणि कसे अडचणीचे ठरते, हे काही वेगळे सांगायला नको.

यशवंत जवळ आला.

""काय रे, कुठे दौरा?"

"खाली खंडाळ्याला चाललोय."

"काय शाखा उघडायची आहे?"

"नाही."

"मग?"

"त्या साईनाथ पाटलाकडे बोलणी आहेत."

"कसली?"

"बहिणीला बघायला येणार आहेत."

"अरे वा!"

"व्वा काय? मीच स्थळ सुचवलेय. शहाबाजचा मुलगा आहे.''

"अस्सं— अस्सं!'' आता हा सर्व इतिहास सांगणार ओळखून मी पाठ फिरवली आणि पाथरूबाईच्या पायऱ्या चढू लागलो. स्वारी मागोमाग धावतच आली.

"साहेब, थांबा!''

"काय झाले?''

मोठ्याने घंटा वाजवत यशवंत पुजाऱ्याला बोलवायला लागला.

"राहू दे रे, मला घाई आहे.''

"घाई कशी? जागृत देवी आहे.''

तोपर्यंत माळकरी मामा आलाच.

"बाबा, आमचे साहेब आहेत! पूजा घाला!!''

अरे बापरे! हा आता माझ्या मागे व्याप लावणार.

"बाबा, कौल लावा!''

"नाही रे यशवंता, मी निघतो!''

"निघतो कसे? शाबीर शेख पण इथे थांबतात.''

"बरे.''

"साहेब, रविवारी आहात ना?''

"हो, आहे ना.'' मी उगाचच.

"चंद्रहासने घरी बोलावलेय, मीटिंग लावलेय. मला विभागप्रमुख करणार आहेत.''

"होय का?''

"साहेब, पण तो नंदू त्रास देतो.''

"कोण रे?''

"नंदू, पेझारीचा हो. साहेब, तो सर्वांना कायपण सांगतो. मला धमकी देतो. परवा रात्री मारले पण!''

"मी बोलतो चंद्रहासशी.''

"साहेब, तुम्ही याच. तुमच्यासारखी माणसे आली की सभेला मजा येते.''

"अरे, पण ती तुमची बैठक आहे. मला आमंत्रण नाही!'

"साहेब, कसले आमंत्रण? मी सांगतोय ना— याच तुम्ही. कोण अडवतेय तेच मी बघतो. साहेब, वामनराव महाडिकसाहेब येणार आहेत.''

"कुठे?''

"शिरवली गावात येणार आहेत. त्यांचा आश्रम आहे तेथे."

"तुला कुणी सांगितले?"

"साहेब, हाडाचा सैनिक आहे मी. मला कळले. त्यांचा माळी बोलला. मी जाणार आहे."

"अरे, ती खासगी भेट असेल?"

"मग मी काय त्यांच्या ताटात जेवणार आहे? मी स्वागत करेन नि व्यवस्था पाहीन."

"त्यांना आवडेल?"

"साहेब, त्यांचा प्रश्न कुठे येतो? पक्षाची शिस्तच आहे. नेता येतोय. तुम्ही सुद्धा खरे तर पाहिजे. पण तुम्ही मोठे लोक. तुम्ही सर आले कीच येणार."

"तसं नाही रे—"

"नाही कसे? नाही कसे? किती वेळा आलात हो?" झाले— माझ्यावरच गाडी सरकली. मी चपला सरकवायला सुरुवात केली.

असा हा यशवंत. वाऱ्याशीही भांडणारा. त्याचे कधीच कुणाशीही पटले नाही. शेवटी त्याला कुणीही विभागप्रमुख केले नाही. पहिली पाच-सहा वर्षे तो वणवण फिरला; मग तो चेष्टेचा विषय होऊ लागला.

त्याला आता अनुभवांची शिदोरी मिळाली होती. त्याचे डेअरिंगही वाढले होते. तो आता स्थानिक नेत्यांशीच पंगा घेऊ लागला होता. यशवंतचे आणखी एक शस्त्र होते. तो कागद पेन घ्यायचा आणि नेत्यांना बेधडक पत्र पाठवायचा. पक्षाची डायरी त्याच्या भगव्या पिशवीत हमखास असायची. तोडक्या-मोडक्या भाषेत तो तक्रारी करायचा. कानावर येईल त्याच्या तो तक्रारी करायचा. कानावर येईल ते नेत्यांना कळवायची जबाबदारी त्याने स्वत:वर घेतली होती. यशवंत स्वयंघोषित खबऱ्या बनला होता.

मी देवीला कौल न लावताच गाडीत बसलो. यशवंतने खोबऱ्याचा आणि फुटाण्याचा पसाभर प्रसाद मला आणून दिला. मी आपला नावाला एक दाणा उचलून तोंडात टाकला. यशवंतने त्याच्याच वरच्या खिशात प्रसादाची कागदाची पुडी ठेवली. गाडी कुरकुरत होती. यशवंतनेच धक्का मारायची तयारी केली. पण, बॅटरीने योग्य वेळी साथ दिली. मलाही पेण गाठायची घाई होती. यशवंत झट्कन वाकून पाया पडला, **'जय महाराष्ट्र'** म्हणाला. माझ्या डोळ्यांत टच्कन पाणी आले.

एखादा माणूस किती साधा असू शकतो? असे शेकडो यशवंत महाराष्ट्रभर वणवण करत होते. चारअक्षरी पक्षासाठी, त्याच्या एकमुखी नेत्यासाठी. तहान नाही, भूक नाही, स्वत:ची अशी ओळख नाही. भवितव्य नाही, फक्त एका जादूई नाऱ्यासाठी झपाटलेले हजारो यशवंत गावोगावी होते. वडा-पाववर त्यांचे भागत होते, म्हणून गाव तेथे शाखा झाली. त्यांचा एकच मंत्र— ''जय महाराष्ट्!''

यशवंतच्या पाठमोऱ्या, लहान होत जाणाऱ्या आकृतीकडे मी आरशातून पाहत होतो. या गोष्टीलाही आता वीस वर्षे होऊन गेली. यशवंतने आता चाळिशी गाठली आहे. आजही त्याचा भगवा कैफ उतरलेला नाही. आजही सायकल तशीच आहे, फक्त तो उत्साह मावळलेला आहे.

जेव्हा जेव्हा नेते पोयनाड विभागात येतात, तेव्हा तेव्हा यशवंत कुठे तरी दिसतो. गर्दीतल्या फोटोत एक भगवा 'ठिपका.'

सभेत ''क्षत्रिय कुलवंत, राज राजेश्वर राजाऽऽऽ शिवाजी महाराजऽऽऽ की जय'' असा आवाज आजही घुमतो. आवाज कातरलेला असला तरी शिवप्रेम कायम आहे. आजही कोर्टात जानीनदारासाठी धावपळ करताना यशवंत कधी तरी दिसतो. यशवंत कधीही कंपनीसोबतच्या युनियनच्या ॲग्रीमेंटच्या करारावर सह्या करताना दिसणार नाही. तो कधी नेत्यांच्या मागच्या गाडीमध्येसुद्धा दिसणार नाही. नेते हॉटेलवर येणार असतील, तर ट्रॅफिक थांबवायला तो दिसेल; रात्री बॅनर लावायला तो दिसेल; पण बॅनरवरचा शुभेच्छूक कधीही होणार नाही.

एकदा यशवंतच्याच गावात शाखा उघडायची होती. नेहमीप्रमाणे मुंबईकर शाखा उद्घाटनाला आले होते. गावाच्या पंचक्रोशीतले मुंबईचे सैनिक उतरले होते. यशवंतला पाहुण्यांना कुठे ठेवू आणि कुठे नको— असे झाले होते. दुपारची वेळ. तास-दीड तास भाषणे रंगली. नेतेमंडळी खूप बोलली. आदल्या दिवशीच रागपट्टी दिलेली. त्यामुळे वातावरणात भीती होतीच. यशवंतसारखे अनेक जण जिद्दीला उतरलेले. 'मारू किंवा मरू' या तयारीतले. त्यांना आवरायचे कसे, हाच प्रश्न होता.

झाले. सभा झाल्यावर यशवंतच्या घरी पाहुणचार. घर बेताचेच, विटा-मातीचे. पहिली कलिंगडे आली. नग जिताडीचा रस्सा आणि भात. मंडळी अंगणातच बसली. आमची व्यवस्था घरात. नेतेमंडळी पाठीवर थाप देऊन निघून गेली.

यशवंतच्या डोळ्यांत कृतज्ञता ओसंडून वाहत होती. दहा वेळा तो वाकून सर्वांच्या पायाला हात लावीत होता. 'जय महाराष्ट्र' बोलत होता. शाखा उघडल्यावर

विरोधक घरादारावर हल्ला करतील बोलत होता. अशा वेळी चढवणारे आणि आव्हानाची भाषा बोलणारे बरेच असतात. रात्री-बेरात्री हल्ला होतो, तेव्हा ही मंडळी कुणीही येत नाही. जामीनासाठी कुणी धावत नाही. अनुभवाने मला ते कळू लागले होते. मी अशा वेळी सबुरीचा सल्ला द्यायचो. पण कुणाला तो सल्ला पटायचा नाही. माझी मवाळ भूमिका स्वीकारायला कोणी तयार नसायचे. उलट, दोन हात करायचाच बेत शिजायचा.

पुढे युती झाली. यशवंतसारखे अनेक अडगळीत गेले. त्याच्याऐवजी पांढरे कडक इस्त्रीचे शर्ट घालणारे पदाधिकारी झाले. त्याचा विभागच युतीत दुसऱ्या मित्रपक्षाला गेला. जिल्हा परिषद नाही, की ग्रामपंचायत नाही. साधे कुठे सदस्यत्वही नाही. यशवंतसारख्या वाघांची तर नखंच काढली गेली. बोलणार कोणाला? नेतेच युतीचे समर्थक. युतीचे राज्य आल्यावर लाल दिव्याच्या, बंद काचेच्या गाड्या गावावरून सायरन वाजवत भरधाव वेगाने जायच्या. नाक्यावर यशवंत हात दाखवायचा, 'जय महाराष्ट्र' ओरडायचा. सगे-सोबती, पाठीराखे या राजकारणाला वैतागून दुसऱ्या पक्षात गेलेले. काही काँग्रेसमध्ये गेले. काही खास पाठीराखे देवाकडे गेले. यशवंत आजही शिवसैनिकच आहे. आजही त्याच्याकडे 'भगवा सप्ताह' मधले ओळखपत्र आहे. आजही यशवंतच्या पिशवीत नव्वदच्या दशकातली पेपरातील कात्रणे आहेत. शिवसेनेची डायरी आहे. फक्त त्याच्या पेनातली शाई सुकलीय. हात थरथरतात.

संध्याकाळ झाली की, वेळ खायला उठते. मनात शिवसेना, कानात जयघोष वेगळेच ऐकू येतात. आता तो आव्हानाची भाषा करत नाही. तो आता उपवर मुलीचा बाप झालाय. मुलीचे स्थळ त्याच्या राजकारणी उचापतींमुळे मिळत नाही. घराचे वाटप झालेय. तेही त्याच्या या भगव्या वेडापोटी. भाऊ दुसऱ्या पक्षात आहेत. त्यांनी ट्रक घेतलाय. एक भाऊ हमाली करतो. तो ट्रान्सपोर्ट कंपनीत मुंबईला मॅनेजर आहे, असे सांगतो.

यशवंतच्या वाट्याला शेती आलीय. त्यात घरासमोर त्याने एक तळे खोदलेय. जिताडी सोडलीत, पण खायला घालायची ताकद नाही. आजही त्या जिताड्यासाठी कधी तरी पदाधिकारी येतात. मुंबईला डबा पाठवायचा आहे सांगतात. यशवंत खिन्न मनाने, पण श्रद्धेने तळ्यात उतरतो. पाण्यातली काटेरी झुडपे बाजूला करतो. पाग टाकतो. तडफडती जिताडी पकडतो. तशीच भेट देतो. कुणी त्याला पैसे देतो. बरेच जण नुसतेच जुन्या दिवसांची आठवण काढून **'जय महाराष्ट्र'** बोलतात. यशवंत भूतकाळात रमतो. पक्षाचा नारा त्याला

आठवतो. मनातल्या मनात त्याला घोषणेचे विडंबनही आठवते. त्याच्या पुढची वाक्ये आठवतात—

''करा कष्ट! आणि व्हा नष्ट!! असाल भ्रष्ट, तरच व्हाल श्रेष्ठ!!!''

असे किती यशवंत गावोगावी कामी येतात, म्हणून पक्षवाले पोळी भाजून घेतात.

प्रत्येक पक्षात असे 'यशवंत' असतात का?

असे 'यशवंत' कसे घडतात?

त्यांना कोण साथ देणार?

नवे 'यशवंत' येतच असतात.

पक्षाची वाटचाल ते सुकर करतात.

पण यशवंतचा विचार करायला वेळ कुणाला असतो?

❏❏

३३. अंत्ययात्रा

आयुष्यात जेथे वैराग्य आठवते, ती जागा म्हणजे स्मशानभूमी. पण मला कधी 'स्मशानशांतता' आणि 'स्मशानवैराग्य' अनुभवायला मिळालेच नाही. म्हणजे निरोप आल्यावर हातातले काम टाकून हाक मारायला जाणाऱ्या जातकुळीतला मी. ''एक वेळ तेराव्याचे जेवायला जाऊ नकोस, पण मयत चुकवू नकोस''— ही आईची शिकवण मनात घर करून बसलेली. अंत्ययात्रा आपल्याला अंतर्मुख करणारी. मी प्रत्येक वेळी गंभीर होतो. थोडा विचार करतो, पण आजूबाजूचा कुणी तरी कानात कुजबुजतो— ''भावोजींनी यायला पाहिजे होते ना वकीलसाहेब?'' मी झट्कन ''अं, हो!'' म्हणतो. कसले वैराग्य आणि कसली स्मशानशांतता? अध्यात्म जागेवरच विसरून जायला होते.

मी अनेक अंत्ययात्रांना गेलो. त्यावर सांगण्यासारखे इतके की, तो एक स्वतंत्र विनोदी ग्रंथ होईल. प्रत्येक गावात निदान एक नग असतोच. त्याला इतर

वेळी भाव नसेल, तो निवडणुकीत मतदार घराबाहेर काढणार नाही; पण हा 'विकास' निरोप आला की येणारच. प्रथम शांत डोक्याने घरची कामे आवरणार. मयताला चार शिव्या देणार. नको तेव्हा गेला, म्हणून कुरकूरणार. गोठ्यात पारडी दुधासाठी सोडायची बाकी असते. त्याआधी दूध काढून व्हायचे असते. त्याची विल्हेवाट लावायची असते. मग उकडे पोचवायचे असतात. स्वारी गाणे पुटपुटतच घरोघरी जाते. त्यांचाच पेपर घेऊन वर्दी आल्याची बातमी घरातल्या ताई-माईंना सांगते.

खरं तर, छोट्या गावात बंडोपंत आटोपल्याची बातमी आधीच पसरलेली असते. पण आता 'ते' अडचणीत यायला नको म्हणून राधाकाकू, "अय्या, हो का? आधी तरी कळवायचे— हे गेले ना तालुक्याला!" असे ओरडत पातेलं पुढे करते. थोडे जास्त दूध टाकून आमचा विकास मयताच्या करामती सांगतो. भाव सगळा 'सुटला एकदाचा' अशा थाटाचा. बरं-वाईट काय, ते ठरवायचा हक्क विकासचा. वरती दुपारी बारा वाजता मयत उचलायची वेळ कशी चुकीची, त्याचा पाढा वाचतो. आता जायची वेळ ठरलेली नसली तरी पोचवायची वेळ पुढे-मागे करता येते. यावर वाद रंगतो. राधाकाकूचे दुधाचे पातेलं हातातच. कुकरची शिट्टी वाजते आणि काकू जेवण खोलीत परततात. तरी ऑफीसच्या लोकांची दांडी होणार, म्हणून दूधवाल्याची आगपाखड चालूच असते. बाकड्यावरचे पेपर वाचून स्वारी पुढच्या प्रस्थानाला तयार. विकासची वाट पाहत लोक ताटकळत असतात. स्वत:चे महत्त्व वाढवायचे तंत्र आमदारांनाही जितक्या सहजतेनं जमणार नाही तितके अचूक तंत्र विकासला जमलेलं.

पुन्हा दरारा असा की— फार तर भेंडीचे वासे काढून ठेवा, त्याच्या साली काढून बाकी तयारी करा; पण तिरडीला हात लावायचा नाही. मंडळी 'आले महाराज' करत भिंतीला टेकलेले पाय सोडून गोळा होतात. आल्यावर पहिलेच त्या 'कवाल्या बंद करा—' असे फर्मान सुटते.

"जाऊ दे रे, शेवटची भेट आहे, नुकतीच पमा डोंबिवलीहून आली आहे. रडू दे जरा. तू सांग काय पायजे ते."— एक समजुतीचा सूर

"पमा नं! आली आता, होती कुठे? जिवंत असताना नाही आली औषधे घेऊन. तो मद्रासी आलाय काय?"

"गप्प बैस; हळू बोल."

"हळू कशाला? दुनियेला माहीत आहे —पळून गेली, बापाला टाकून!" ही विकासची जात. एका हाताने भेंडीची साले दोरीसाठी सोडवत याचे पारायण

चालूच. ''बाप टीबीने अंथरुणावर पडला, तेव्हा यायचे ना?'' आता कुणी तरी मडके आणून ठेवते. एका सुपात बाकी सामान असते. त्या पुड्या सोडवत विकासची अनुभवी नजर फिरत असते.'' ''काय रे, काळे तीळ कुठाहेत?''

''भटजी घेऊन येताहेत.''

''कोण, तो गोरा जगू? त्याला तुळशीचं सांगितलं काय?''

''ह्या काय— अख्खं झाडच आणलंय!''

मग तुळशीच्या बोख्यांची माळ सुरू होते. काड्या काढल्या जातात. भात शिजवायचे काम विकासचे. अख्ख्या अगरबत्तीचा पुडा पेटवून मडक्यात उलटा टाकला जातो. मडक्याला शिंके करायची दोरी मग विकासच वळणार. पुढे अखंड बडबड करीत सर्व मोहीम विकास पार पाडणार. त्याच्या लेखी मयताचे दुःख हा प्रकारच नाही. मयत पोचवणं, हा त्याचा छंद! स्वतःहून ओढवून घेतलेली सामाजिक जबाबदारी. गेली कित्येक वर्षे विकासची लगबग तीच. त्याला सर्व जाती-रिवाज माहिती. भटाचा स्वभाव माहिती. कोणत्या वेळी काय लागते, त्याची यादी त्याला तोंडपाठ.

ऐन वेळी निर्णय बदलायची क्षमता थोर. तूप असले तर ठीक. ते सुक्या खोबऱ्याच्या वाटीत भरून उरलेले तूप प्रेताच्या अंगावर चोळणार, सर्व करणार; पण पारा केव्हा चढेल, ते नाही सांगता येत. तेव्हा त्याच्या शेपटीवर कुणी पाय नाही ठेवायचा. तरी चार-पाच टारगट त्याची चेष्टा करतातच. मग शिव्या देत विकास त्यांची हजेरी घेतो. पण हात अखंड कामात. टायरमध्ये कफन ठेवून त्यावर रॉकेल ओतून तो टायर बरोबर वाऱ्याच्या उलट्या दिशेला लावणं हे तसं कसबीचं काम, पण विकासच ते करणार.

शेवटी मुलाच्या हातात मडकं देऊन प्रत्येक फेरीला त्यावर कोयत्याचा टोचा मारण्याचे कामही तोच करणार. जास्त वेळा फटके मारायला लागले की, कुंभारवाड्याचा उद्धार. पण कधी खांद्यावरचे मडके विकासच्या ठोक्यांनी आधीच फुटल्याचे मी पाहिले नाही. मुलाला उलट्या हाताची बोंब मारण्याचे प्रशिक्षण गरज नसतानाही विकास हमखास देणारच. आता बापाच्या नावाने कायम बोंब मारणाऱ्या आणि निदान दहा-वीस मयत पोहोचवून आलेल्या त्या चाळिशीतल्या पोराला हाताची मूठ उलटी का आणि कशी धरायची, हे काय शिकवायला पाहिजे? पण नाही, याबद्दल विकासला कुणी अडवायचे नाही.

चंदन पाणी देणे, प्रत्येकाला सुपातल्या तुळशीचा बोखा, काडी देणे— हे संपल्यावर शेवटी त्या चितेवरून कोयता उडवण्यापर्यंतचा विकास हा होलसेल

कॉन्ट्रॅक्टरच. गावकरी परतले तरी पुढची व्यवस्था विकासच करणार. ठरलेले असले तरी 'पिंड' कुठे, किती वाजता ह्याची दोन वेळा खात्री करून घेणार.

अशीच एक अंत्ययात्रा— न विसरता येणारी. स्वर्गात जाणारी व्यक्ती आदरणीय डॉक्टर. नाव कमावलेली. शिवाय माझ्या खास मित्राचे सासरे. बिचारे अचानक गेले. मी निरोपाप्रमाणे सकाळीच पोचलो. साहेबांचा बंगला भर बाजारपेठेत. आदरांजली वाहायला शहर बंद, बाजारपेठ बंद. पाऊस धो-धो पडत होता. पाणी शहरात शिरणार की काय, ही धास्ती लागलेली.

लोकांनाही तशी घाईच. पण शेवटचा प्रवास सुखाचा व्हायला पाहिजे. भर पावसात रस्त्यावर प्रेत काढले. मोठ्या खुर्चीत साहेब बसले. मग जाती रिवाजाप्रमाणे त्यांना स्नान घालण्याचा कार्यक्रम— अगदी चंदन, उटणे, दूध लावून, कोमट पाणी टाकून, छत्र्या धरून घरच्यांनी तो विधी पार पाडला. पावसाने आणखीनच जोर धरला. पोलिसांनी वाहतूक दुसऱ्या मार्गाने वळवली होती. अर्धा-पाऊण तास झाला तरी विधी उरकतच नव्हते. जमाव वैतागला होता. पण सांगणार कुणाला? गर्दीत पुन्हा विकासची आवृत्ती होतीच. कुणी तरी टूम काढली. साहेबांना नवे कपडे चढवले. रस्त्यातच धोतर आणि चादरींचा आडोसा करण्यात आला. मोठे शोकाकुल वातावरण होते. साहेबांचे कार्यही मोठे. "साहेबांचा चष्मा कुठाय?" कुणी तरी ओरडले. एकच धावपळ उडाली. मुलीने मला बोलावले. "भावोजी, ड्रायव्हरकडून आणा." मी काय बोलणार? जावयाचा ड्रायव्हर गायब झालेला. शोधणार कुठे? मोबाइल नेहमीप्रमाणे कव्हरेज क्षेत्राचे बाहेर. बरं, माझ्यावर खास घरचा माणूस म्हणून जबाबदारी. मी भिजतच बाजारपेठेत घुसलो. एक चष्मेवाला गाठला. त्याला शटर उघडायला लावले. "डॉक्टर गेलेत म्हणून व्यापारी असोसिएशनने बाजारपेठ बंद ठेवलीय." असे सांगून उपकार म्हणून तो दुकानात शिरला. काय पाहिजे— विचारले. मी झिरोचा चष्मा मागितला, तो ट्रे काढू लागला. एक-एक चष्मा पुसून दाखवू लागला. मी साधा चष्मा दे म्हणालो. त्यांने चेहरा पाहायला ठेवलेला आरसा दूर सारला. 'घाई आहे' म्हणालो. नाराजीनेच २०० रुपयांचा चष्मा दिला.

"काय अर्जंट काम आहे का साहेब?" त्यांनी विचारले.

मी— 'हो.' गरज नसेल तर परत करेन.

तो— एकदा वस्तू विकल्यावर...

मी— नाही, पैसे परत केले नाहीस तरी चालेल.

तो लगेच "चालेल" बोलला.

मी धावतच गर्दीत घुसलो.

चष्मा एकदाचा मुलीच्या हातात कोंबला.

तेवढ्यात मित्राचा ड्रायव्हर धावत आला.

''चष्मा लावला—'' म्हणाला.

मी डॉक्टरसाहेबांकडे बघितले.

त्यांच्या चेहऱ्यावर तो सोनेरी चष्मा शोभून दिसत होता. मी डोक्याला हात लावला. जसे काही साहेब पेपर वाचतच जाणार होते! ह्या गडबडीत अंत्ययात्रा चांगलीच रखडली होती.

एका नेत्याच्या अंत्ययात्रेत तर अंतच पाहण्यात आला. रखडवणूक करून साहेबांनी शेवटच्या प्रवासातही लोकांमध्ये चर्चा घडवून आणलीच. त्यात श्रद्धांजलीपर भाषणे विद्युत दाहिनीतून अस्थी मिळाल्याचा निरोप येईपर्यंत संपत नव्हती. कवित्व उतू चालले होते. पावसाळ्यातला अशा वेळचा अनुभव तर दयनीयच असतो. विकासाच्या गप्पा मारणाऱ्या ग्रामपंचायती स्मशानाचे रस्ते का करत नाहीत आणि शेडचे पत्रे नेहमीच फुटलेले का असतात, हे न सुटणारे कोडे आहे.

आम्ही तर घरच्यांची नजर चुकवून दहावी-बारावीचा अभ्यासच स्मशानाच्या साक्षीने केलेला. माझे काही मित्र स्मशानातच शेडमध्ये डबा खायचे, दुपारची झोपही घ्यायचे. एका ओळखीच्या सद्गृहस्थाच्या अंत्ययात्रेत मी मधूनच सामील झालेलो. आम्ही स्मशानात गेलो. साहेब माझे चांगल्या परिचयाचे. एस.टी.तील 'कंडक्टर ते सोशल क्लब' असा जीवनाचा प्रवास केलेले. सर्व तयारी पूर्ण झाल्यावर 'जरा थांबा' सांगून सोबतच्या दोस्ताने एक चपटी क्वार्टर उशाखाली सरकवली. ज्या व्यसनाने त्यांचे अकाली निधन झाले— ती दारू त्यांनी शेवटपर्यंत, अगदी जातानाही, उराशी कवटाळली. त्यांचीच म्हणे ती शेवटची इच्छा होती!

शेजारच्या गावात समुद्रावर उघड्यावर स्मशान होते. शेजारी उंच-उंच भिंती. त्यातून डोकावणारे सिनेताऱ्यांचे बंगले. चिता रचत असताना एक चांगला पाच लिटरचा प्लॅस्टिकचा कॅन आणला गेला. प्रत्येकाला आग्रह करून कपातून प्रसाद वाटण्यात आला. अनेकांनी साश्रू नयनाने घसा गरम करत त्याचे मनोभावे प्राशन केले. त्या गावाची प्रथाच होती ती. श्रमपरिहार जागेवरच व्हायचा.

काही गावांत वेगळीच प्रथा पाहायला मिळाली. तिकडे आळ्यांना पाखाडी बोलतात. नारळ-सुपारींच्या बागांमुळे गाव आडवे पसरलेले. गावकीचा एक माणूस सांगावा धाडतो. निरोप मिळो न मिळो— अंत्ययात्रा चुकली तर दंड

भरावाच लागतो. पहिला बॉम्ब वाजला की हातातली कामे ठेवून जमायला पाहिजे. दुसऱ्या आवाजाला प्रेत बाहेर काढले जाते. तिसऱ्या आवाजाला अंतिम प्रवास सुरू झालेला असतो. त्या वेळी कोण आले नाही त्याची नोंद पंचमंडळी घेतात. त्याला पुन्हा पाहायला माणूस जातो. स्मशानात पण तो दिसला नाही, तर अपीलच नाही. गावातील प्रेत पहिले स्मशान ओलांडून समुद्रावर नेले जाते. तिरडी पायाकडून समुद्रस्नानाला जाते. हे गंगास्नान झाल्यावर स्मशानात पुन्हा विधी. प्रत्येक जण जागेतली वाळू उकरून प्रेताला मूठमाती देतो. इस्लाम संस्कृती या गावात अनेक प्रकारांत अशी दिसून येते. गावकरी नंतर परत घरी जमतात. नातेवाईकांना अंघोळ घालून अंगणातच शुद्ध केले जाते. मग गावकऱ्यांचा फराळ होतो. मयताच्या नावाने तोबरे भरले जातात. एवढ्या शांत गावातही अजून सतीची थडगी पुजायची प्रथा आहे आणि विधवेस माहेरून जिन्नस आणावेत, अशी सासरच्या माणसांची अपेक्षा असते.

अंत्ययात्रा माझ्या जिव्हाळ्याचा विषय. माणसाच्या लग्नाला किती भोजनभाऊ जमतात त्यापेक्षा अंत्ययात्रेला सोबत किती जण चालतात, त्यावरच तर तुमचं-आमचं यश ठरत असतं. फक्त त्या वेळी आपण दुसऱ्याच्या खांद्यावर असतो आणि डोळे मिटलेले असतात, इतकंच...

□□

३४. कहाणी 'एक ना धड'ची

लहानपणापासून लिखाणाची आवड होतीच. शाळेत असताना आठवीच्या मराठीच्या बाईंनी 'आमच्या घरी टीव्ही येतो' या विषयावर निबंध लिहून आणायला सांगितला. मी रात्री जागून चांगला लांबलचक विनोदी अंगाने तो लिहिला.

मला वाटले— बाई ओरडतील, पण झाले उलटेच. भर वर्गात बाईंनी तो वाचायला लावला आणि खूप कौतुकही केले. त्या चाफेकरबाई आजही अलिबागेत आहेत. माझे पहिले पुस्तक त्यांना भेट देताना ''तू छान लिहू शकतोस.'' ही त्या वेळची त्यांची वाक्यं मला सुखावत होती.

पुढे नोकरी-धंद्यात-व्यवसायात २० ते २५ वर्षे अशीच निघून गेली. चित्रकला आणि लिखाण या दोन्ही हौशींना वेळच मिळाला नाही आणि अचानक आम्हाला माझ्या नव्वदीच्या वडिलांना घेऊन जेथे आमचे बालपण गेले, त्या मंडणगडला भेट देण्याचा योग आला.

तब्बल ३५ वर्षांनंतरही आमच्यावर प्रेम करणारी माणसे मंडणगडमध्ये शिल्लक होती. आमच्या पाऊलखुणा ते विसरले नव्हते. बहिणीने स्थापन केलेली शाळा नावारूपाला आली होती. मोडके-तोडके घर अजूनही आमच्या आठवणी ताज्या करीत होते. आपले अनुभव लिहायचे आणि ते पुस्तक वाचकांसमोर ठेवायचे असा निश्चय तेव्हाच झाला.

त्यालाही काही महिने उलटून गेले. जून महिन्यामध्ये चौलला नारळ-सुपारीच्या वाडीत थोडा एकांत मिळाला असताना लिखाणाला सुरुवात केली. पुस्तक कसे छापायचे, कुठे छापायचे— काहीच ठरले नव्हते. अलिबाग तर एके काळची प्रकाशकांची पंढरी. जुन्या पद्धतीच्या छापखान्यातून शेकडो पुस्तके अलिबागला छापली जायची. पण काळाच्या ओघात ऑफसेट मशिनरी आली. शिशांच्या ठोकळ्यांचे छपाईखाने भंगारात गेले.

वाचनाची आवड कमी असली तरी अलिबागचे ज्येष्ठ वकील दत्ता खानविलकर यांचे 'मागोवा' आणि ठाण्याचे ज्येष्ठ वकील रमाकांत ओवळंकर यांचे 'दॅट्स ऑल माय लॉर्ड' ही पुस्तके वाचली होती. त्यावरून दोन निर्णय नक्की झाले. ते म्हणजे आपले पुस्तक आत्मवृत्त नसावे व फुकट वाटण्याची वेळ आपल्यावर येऊ नये. येईल तसे, वेळ मिळेल तेव्हा लिहीत गेलो. ते 'सहज सुचले' या प्रकारातले होते. 'कृषिवल'च्या संपादकांबरोबर गप्पा मारताना 'कृषिवल'मार्फतच हे पुस्तक प्रसिद्ध करायचे डोक्यात होते. बोलता-बोलता त्यांनी आत्मवृत्तातला बाज सोडू नये, असा आग्रह धरला. त्याच वेळी व्यापारी दृष्टिकोनातून पुणे, मुंबईतील चांगला प्रकाशक गाठायचा अनाहूत सल्लाही दिला. हातात पुरते दोन महिनेसुद्धा उरले नव्हते. लिखाणाला अंतिम स्वरूपही आले नव्हते. ठोकताळाही ठरला नव्हता. अशा वेळी कोणता प्रकाशक मला उभा करणार? बोलता-बोलता मी माझ्या आयुष्याचे वर्णन तीन शब्दांत केले व तेच नाव पुस्तकाला द्यावे अशी माझी इच्छा सांगितली. झाले, तेच नाव शेवटपर्यंत टिकले— **'एक ना धड'**. दहा दिवसांत पुस्तकाची संहिता देण्याचे कबूल केले.

दिवसभर अलिबाग व मुंबईत सेशन कोर्टात खटले चालवून रात्री-बेरात्री आल्यावर एकटाकी लिखाण चालू ठेवले. ठरल्याप्रमाणे ३० जूनला प्रारूप आराखडा 'एक ना धड' या नावाने प्राथमिक प्रूफरीडिंगसाठी पाठवून दिला. १५ ते २० दिवस गेल्यानंतर अलिबागच्या पातळीवर हे पुस्तक प्रसिद्ध होणे अशक्य वाटू लागले. माझा पन्नासावा वाढदिवस २६ ऑगस्टला होता. त्यामुळे प्रकाशनाची

तारीख ठरवूनच मी पुणे गाठले.

कोणतीही तोंडओळख नसताना जुजबी माहितीच्या आधारावर दिलीपराज प्रकाशनला भेट दिली. पहिल्याच भेटीत दिलीपराजचे सर्वेसर्वा राजीव बर्वे यांनी हिरमोड केला. "पुस्तक संपादकीय मंडळापुढे जाईल. शंकर सारडा यांच्या अध्यक्षतेखाली समितीने ते पसंत केले तर आणि तरच त्याचा पुढे विचार करता येईल" असे रोखठोक सांगून टाकले. पण तिसऱ्याच दिवशी पुस्तक संपादक मंडळाच्या पसंतीला उतरल्याचा फोन आला. सर्वाधिक पसंतीने पुस्तकाची संहिता मान्य करण्यात आली होती. माझा पहिलाच प्रयत्न आता आकार घेत होता. त्याआधीच मी प्रकाशन समारंभ ठरवून टाकला होता. त्यामुळे निर्णयाची मी आतुरतेनेच वाट पाहत होतो. पुढे सर्व स्वप्नवत् वाटावे अशा पद्धतीने घडत गेले. दुसऱ्या भेटीत मी पुस्तकाचा करार करूनच बाहेर पडलो. त्याच दिवशी शिवसेनेचे नेते आणि लोकसभेचे माजी सभापती व माजी मुख्यमंत्री डॉ. मनोहरजी जोशी यांनी पुस्तकाची प्रस्तावना लिहिण्याचे कबूल केले. ठरल्याप्रमाणे ती पाठवलीसुद्धा. सरांना नेमकीच प्रकरणे मी प्रस्तावनेसाठी पाठवली होती. टीकात्मक असूनही ती त्यांना आवडली. २६ ऑगस्टच्या प्रकाशन समारंभाला हजर राहण्याचे त्यांनी कबूल केले. सर माझे श्रद्धास्थान. माझ्या राजकीय वाटचालीतील ते प्रमुख मार्गदर्शक व दीपस्तंभ.

'दिलीपराज'ची सर्वच टीम मनापासून कामाला लागली. आमचे स्नेही आकार पॉटरीचे आणि वाचन चळवळीचे श्री. राजेश कुलकर्णी यांच्याशी बोलताना मुखपृष्ठ आणि रेखाचित्रांचा प्रश्न सुटला. त्यांचे मित्र श्री. नीलेश जाधव हे रविवारच्या लोकसत्तेमुळे रेखाचित्रकार म्हणून प्रकाशात आलेले. त्यांनी ती बाजू सांभाळली. पुस्तकातील शीर्षके अन्य स्नेही प्रकाश खारकर यांनी सांभाळली.

दिलीपराजच्या जुली थॉमस यांनी मेहनत घेऊन एका कौटुंबिक जबाबदारीने हे देखणे पुस्तक युद्धपातळीवर तयार केले. त्यांना मोरे व कैवल्यसारख्या साथीदारांनी साथ दिली आणि पन्नासाव्या वाढदिवसाच्या मुहूर्तावर दिमाखदार, आखीव-रेखीव सोहळ्यात अलिबाग येथे **'एक ना धड'** हे पुस्तक प्रकाशित झाले. व्यासपीठावर मा. माजी मुख्यमंत्री मनोहरजी जोशी, रायगडचे खासदार अनंत गिते, आमदार जयंत पाटील, अलिबागच्या नगराध्यक्षा सौ. नमिता नाईक अशा अनेक प्रतिष्ठित व्यक्ती व स्थानिक राजकीय नेते उपस्थित होते. दिलीपराजचे राजीव बर्वे यांनी आपल्या खास शैलीत पुस्तकाची जन्मकहाणी सांगितली. ॲड. अधिक शिरोडकर, माजी मंत्री प्रभाकर मोरे, सौ. चित्रा पाटील आणि मनोहरजी

जोशी हे पुस्तकातील लिखाणाविषयी व लेखकाविषयी भरभरून बोलले. पुस्तकात मी शरद आपटे, खरेकाकांचा बँक मॅनेजर, दारूडा कापडी, मराठी शाळेचे मुख्याध्यापक खोतगुरुजी जिवंत केले— असे अभिप्राय येत होते. जीवनात घडलेले अनुभव कथांच्या स्वरूपात मी मांडले होते. शिवसेनाचा माझ्या आयुष्यातील प्रवास शब्दबद्ध केला होता. हे चाकोरीबद्ध आत्मवृत्त नव्हते. अनेक घटनांची मोळी करून ती बांधली होती. मधूनच त्यात समाजव्यवस्थेवर आसूड ओढले होते. न्यायव्यवस्थेवर प्रश्नचिन्ह उभे केले होते. बुरखा फाडायचे काम केले होते. स्वत:चा कमीपणाही प्रामाणिक भावनेने शोधण्याचा प्रयत्न केलेला होता.

या दिमाखदार सोहळ्याचे आयोजन माझ्या आईच्या नावे बांधलेल्या सभागृहातच झाले. माझ्या वकिली व्यवसायाला नुकतीच पंचवीस वर्षे पूर्ण झाली होती. अनेक वकीलमंडळी, साहित्यक्षेत्रातील मंडळी, हितचिंतक, पत्रकार मोठ्या संख्येने या प्रकाशन सोहळ्याला हजर होते. तीन तासांचा हा कार्यक्रम अत्यंत नीटनेटका व समर्थपणे आयोजित केलेला असा होता.

पुस्तक वितरणाची महत्त्वपूर्ण जबाबदारी दिलीपराजने सांभाळली. हे पुस्तक लवकरच आता दुसऱ्या आवृत्तीकडे झेप घेत आहे. केवळ दिलीपराजच्या प्रोत्साहनामुळे मला दुसरे पुस्तक सादर करण्याचा मोह झाला. अर्थात, वाचकांचे आशीर्वाद महत्त्वाचे. अनेकांनी पुस्तक वाचल्यावर फोन वरून किंवा लेखी प्रतिक्रिया पाठवल्या. लिखाण चालू ठेवण्याचाच आग्रह धरला. पहिल्याच पुस्तकाचे असे जोरदार स्वागत होईल, असे मला स्वप्नातसुद्धा वाटले नव्हते.

□□

ऋणनिर्देश....

ह्या नवीन वाटचालीत हितचितंकाच्या प्रेमाचा कर्जाचा डोंगर झालाय. ते कर्ज कसे फेडणार? त्यापेक्षा आणखी उधारी वाढवण्यासारखे सुख नाही.

डोंगराएवढे प्रेम देणारे खूप भेटले म्हणून तर एकाच वर्षात हे दुसरे पुस्तक तयार झाले. साहित्यिक, समीक्षक, प्रकाशक, तर त्यात आहेतच पण **'कळत नकळत'** अनेक जण या आनंदयात्रेचे वारकरी बनले. त्यांनी पालखीचे भोई होण्यात आनंद मानला. कुटुंबाने, मित्र परिवाराने साथ दिली. हितचिंतकानी धीर दिला. त्यामुळे उमेद वाढली.

खासदार **श्री. अनंत गीते**, शिवसेना नेते **डॉ. श्री. मनोहर जोशी सर,** आमदार **श्री. जयंत पाटील,** दिलीपराज प्रकाशनचे **श्री. राजीव बर्वे व त्यांचा परिवार, श्री शंकर सारडा, श्री. नंदकुमार डोळस** ही व अशी यादी मोठी आहे. त्या सर्वांचे आणि आपण पुस्तक वाचायला वेळ दिलात म्हणून आपले आभार! आभार !! आणि फक्त आभार !!!

ॲड. विलास नाईक

धन्यवाद